1857 స్వాతంత్ర్య పోరాటం

D9900360

రేణు శరణ్

డైమండ్ బుక్స్

WWW.diamondbook.in

© ప్రచురణకర్త

ప్రచురణకర్త : డైమండ్ పాకెట్ బుక్స్ (P) Ltd. X-30

ఓఖ్లా ఇండస్ట్రియల్ ఏరియా ఫేజ్-II

న్యూఢిల్లీ-110020

ఫోన్ : 011-40712200

ఈ-మెయిల్ : sales@dpb.in

వెబ్సైట్ : www.diamondbook.in

వెబ్సైట్ : రెప్రో (భారతదేశం)

1857 స్వాతంత్ర్య పోరాటం: రేణు శరణ్

పరిచయం

ఏదైనా సంఘర్షణ లేదా వివాదాల మాదిరిగా చర్చకు ఎల్లప్పుడూ రెండు వైపులా ఉంటాయి మరియు 1857లో భారతదేశంలో జరిగిన సంఘటనలు ఖచ్చితంగా మినహాయింపు కాదు. 19వ శతాబ్దంలో భారతదేశంలోని పరిస్థితిని దృష్టిలో ఉంచుకుని, ఆ సంవత్సరంలో జరిగిన తిరుగుబాటు సంఘటనల సందర్భానికి సంబంధించి అటువంటి అభిప్రాయ ధ్రువణత ఉండటంలో ఆశ్చర్యం లేదు. బ్రిటీష్ వారు ఉపఖండంపై నియంత్రణలో ఉండటం మరియు వారి భారతీయ ప్రజలపై వారి ఆధిపత్య భావన, సహజంగానే తిరుగుబాటు చర్యలను తగ్గించడానికి ప్రయత్నిస్తారు. స్వయం నిర్ణయాధికారం కోసం జాతీయవాద కారణాన్ని ప్రోత్సహించే సాధనంగా, మరోవైపు భారతీయ ప్రజలు ఈ సంఘటనల ప్రాముఖ్యతను అతిశయోక్తిగా మరియు ఎక్కువగా నొక్కిచెప్పాలని నిస్సందేహంగా కోరుకుంటారు.

అయినప్పటికీ, 1857 నాటి సంఘటనల యొక్క సాంప్రదాయిక భారతీయ జాతీయవాద దృక్పథం ఏమిటంటే, ఇది బ్రిటీష్ వారు విశ్వసించినట్లు కాదు, వివిక్త మరియు సమన్వయం లేని తిరుగుబాట్లు. ఇది స్వాతంత్ర్య సంగ్రామం, స్వయం పాలన పొందేందుకు భారతీయులు చేసిన మొదటి చర్య. ఆ సంవత్సరం 'బ్రిటీష్ ఆక్రమణలో దీర్ఘకాలంగా అణచివేయబడిన జాతీయవాద భావాలు హింసాత్మకంగా మారిన' మలుపును సూచించింది. 1857 తర్వాత అర్ధ శతాబ్దం పాటు తిరుగుబాటుపై రచన ప్రాథమికంగా బ్రిటిష్ పరిశీలకులు మరియు పండితులకే పరిమితమైంది.

మొదటి జాతీయవాద వివరణ 1909లో కనిపించింది. సావర్కర్ తన జాతీయవాద అనుకూల వైఖరిలో చాలా ఉద్వేగభరితుడు, అతను గ్రీజు బుల్లెట్లను 'యుద్ధం' రేకెత్తించినట్లు బ్రిటిష్ వాదనను ధిక్కరించాడు. బుల్లెట్లే కారణమైతే 'నానా సాహిబ్, ఢిల్లీ చక్రవర్తి, ఝాన్సీ రాణి.. లాంటి వారు ఎందుకు చేరారని' ఆయన ప్రశ్నిస్తున్నారు. సావర్కర్‌కు ఈ వ్యక్తులు పాల్గొన్నారనే వాస్తవం మరియు పోరాటం కొనసాగింది.

ఆంగ్ల గవర్నర్ జనరల్ ఆక్షేపణీయమైన గ్రీజు బుల్లెట్లను ఉపసంహరించుకోవాలని ఒక ప్రకటన జారీ చేసిన తర్వాత, బ్రిటిష్ పాలన నుండి విముక్తి పొందిన భారతదేశం కోసం పోరాటం అని అతని మనస్సులో చూపిస్తుంది. సావర్కర్‌కు అసలు కారణం బ్రిటీష్ వారి 'ఇన్ని దురాగతాలకు' పాల్పడిన చర్య.

ఈ పుస్తకం పూర్తిగా ఇంటర్నెట్‌లో అందుబాటులో ఉన్న ఇతర పుస్తకాలు మరియు సూచనల ఆధారంగా రూపొందించబడింది. పుస్తకం చారిత్రక వాస్తవాలపై ఆధారపడినందున, పుస్తకాన్ని ఖరారు చేసే సమయంలో కొన్ని వాస్తవ వైరుధ్యాలు మరియు క్రమరాహిత్యాలు సంభవించవచ్చు. మేము ఇప్పటికే ఈ ఉపోద్ఘాతంలో చెప్పినట్లుగా, ఏదైనా వివాదం లేదా వివాదం చర్చకు ఎల్లప్పుడూ రెండు వైపులా ఉంటుంది. మా గౌరవనీయులైన పాఠకులు అటువంటి లోపాన్ని గమనించినట్లయితే, వారు తమ సూచనలను తెలియజేయడానికి స్వాగతం. సరిపోతుందని భావించినట్లయితే, వారి అభిప్రాయాలకు అనుగుణంగా మేము మా స్థాయిలో ఉత్తమంగా ప్రయత్నిస్తాము.

ఈ పుస్తకాన్ని ప్రచురించాలనే మా ఏకైక లక్ష్యం ఏమిటంటే, ఈ రోజు మనం అనుభవిస్తున్న స్వాతంత్ర్యం లక్షలాది తెలిసిన & తెలియని త్యాగాల కష్ట ఫలం అని మా విలువైన పాఠకులకు తెలియజేయడం. కులం, వర్ణం, మతం అనే అంశాలను వదిలిపెట్టి దానిని కాపాడుకోవడం మన నైతిక బాధ్యత.

జై హింద్

- ప్రచురణకర్తలు

కంటెంట్లు

1857

1857లో బెంగాల్ సైన్యం యొక్క తిరుగుబాటు భారతదేశంలోని బ్రిటిష్ పాలన చరిత్రలో ఒక బాధాకరమైన సంఘటన. నేటికీ దీనిని 'స్వాతంత్ర్య యుద్ధం', 'విప్లవం', 'మత యుద్ధం' లేదా 'తిరుగుబాటు' అని వర్ణించడం కష్టం. భారతదేశం జాతులు మరియు జాతుల గుంపుల జిగ్సా పజిల్ అయినందున చర్చ మరింత క్లిష్టంగా మారింది, వివిధ రకాల మతాలు, కులాలు మొదలైన వాటి ఉనికి ద్వారా మరింత క్లిష్టంగా మరియు గందరగోళంగా తయారైంది. అందువల్ల ఇండో-పాక్ చరిత్ర ఎల్లప్పుడూ చాలా గందరగోళంగా ఉంది. ఫ్రెంచ్ లేదా బ్రిటీష్ చరిత్ర అని చెప్పడానికి కంటే వ్యవహారం.

జాతి, మతం మొదలైన వైవిధ్యం వంటి అనేక కోణాల ఉనికి కారణంగా భారతీయ చరిత్రలో ఏదైనా సంఘటనను నిర్ధారించడం కష్టం. ఇండో-పాక్ ఉపఖండం జాతితో ప్రేరేపించబడిన అనేక మంది నటులచే ఆక్రమించబడటం, వలసరాజ్యం చేయడం మరియు పాలించబడటం అనే ప్రత్యేక విశిష్టతను కలిగి ఉంది. , మతపరమైన, ఆర్థిక లేదా వాణిజ్యపరమైన కారణాలు. ఈ విధంగా మనం ఇండో-పాక్ చరిత్రపై ఏదైనా పుస్తకాన్ని ఎంచుకున్నప్పుడల్లా ముస్లింల దృక్పథం, హిందూ దృక్పథం, బ్రిటీష్ దృక్పథం వంటి అనేక వివాదాస్పద మరియు గందరగోళ వీక్షణలు మనకు కనిపిస్తాయి.

ఇండో-పాక్ చరిత్రలో జరిగే ప్రతి సంఘటన వెనుక ఏదో ఒక 'కుట్ర సిద్ధాంతం' ఉంటుంది, కొన్ని జాతి లేదా మతపరమైన పక్షపాతం, కొన్ని వ్యక్తిగత అంశాలు లేదా మనోవేదనలు మొదలైనవి. ఇది అన్ని రకాల చరిత్రలకు సంబంధించినది అని ఎవరైనా అనుకోవచ్చు. అయితే మా విషయంలో ఈ పక్షపాతాలు చాలా ఎక్కువగా ఉన్నాయని భావించబడింది, ఎందుకంటే మనం ఇప్పటికీ ఐదు వందల లేదా వెయ్యి సంవత్సరాల క్రితం ప్రపంచంలోని అనేక ఇతర ప్రాంతాలలో జరిగిన చారిత్రక ప్రక్రియలను పొందుతున్నాము. బహుశా ఇదంతా భారత్, పాకిస్థాన్‌ల కారణంగానే కావచ్చు

ఈరోజు క్లియర్‌హెడ్‌తో కూడిన సమ్మిళిత రాష్ట్రాలు కాదు

మేధావి వర్గం లేదా నిజమైన అర్థంలో నాయకత్వం. బహుశా భారత ఉపఖండాన్ని నిజమైన అర్థంలో ఒక దేశం లేదా రెండు లేదా మూడు దేశాలు అని పిలవలేము. బంగ్లాదేశ్ సంవత్సరాల నిడివి పరంగా దాని జూనియర్ పాతకాలపు అయినప్పటికీ నిజమైన అర్థంలో ఒక జాతీయ రాష్ట్రంగా తక్కువ ఇబ్బంది లేదా గందరగోళం లేనిదని ఒకరు జోడించవచ్చు. ఇండో-పాక్ చరిత్రలో ఏదైనా అంశం రాయడం మరే ఇతర దేశ

చరిత్ర కంటే చాలా కష్టమైన పని అని మేము నిశ్చయతతో చెప్పవచ్చు. ఇండో-పాక్ చరిత్ర 1857కి ఖచ్చితంగా రావడం అనేది ప్రత్యేకంగా రాయడం చాలా సవాలుతో కూడుకున్న అంశం. తిరుగుబాటుదారులు లేదా స్వాతంత్ర్య సమరయోధుల యొక్క ప్రధాన అంశాలుగా ఏర్పడిన లేదా ఎవరైనా వారిని ఉరితీయడం లేదా పేల్చివేయడం వంటి వ్యక్తులలో చాలా మంది వ్యక్తులు ఉరితీయబడ్డారు లేదా పేల్చివేయబడ్డారు కాబట్టి వ్రాయడంలో ప్రధాన ఇబ్బంది ఏమిటంటే, ఇండో-పాక్ వైపు నుండి చాలా తక్కువ అందుబాటులో ఉంది. తుపాకుల నోళ్లు లేదా టెరాయ్ జంగిల్‌లో వ్యాధి లేదా పులుల ద్వారా నాశనం చేయబడ్డాయి.

మిగిలిపోయిన వారందరూ బ్రిటీష్ ఇండియాలో నివసిస్తున్నారు మరియు జీవిత భయం లేదా స్వేచ్ఛను కోల్పోవడం వల్ల నిజం ఆధారంగా ఏమీ చెప్పలేకపోయారు. కొందరు అసహ్యం మరియు దుఃఖంతో మునిగిపోయారు, వారు భావితరాలకు ఏదైనా వదిలివేయడం అర్థం కాదు. తప్పించుకోవడం ద్వారా తమ ప్రాణాలను కాపాడుకోగలిగిన కొందరు అకాల మరణాలు మరియు సంఘటనల రూపకల్పనకు సంబంధించిన హేతుబద్ధమైన వివరణకు రావడానికి ఉపయోగపడే దేన్నీ భావి చరిత్రకారుల కోసం వదిలిపెట్టలేకపోయారు కాబట్టి వారు అనావృష్టి మరియు దుఃఖంతో చాలా ఒత్తిడికి గురయ్యారు. వ్యాప్తి ఉద్దేశపూర్వక ప్రణాళికపై ఆధారపడి ఉందా లేదా ఆకస్మికంగా వ్యాప్తి చెందిందా అని అర్థం చేసుకోవడానికి చరిత్రకారులను ఎనేబుల్ చేశాయి.

అందువల్ల మనకు మూడు విస్తృత వర్గాల చారిత్రక ఖాతాలు మిగిలి ఉన్నాయి అంటే 'ఒరిజినల్ బ్రిటిష్ వ్యూపాయింట్', 'ఇండియన్ వ్యూ పాయింట్ అండర్ అండర్ సబ్‌జగేషన్' మరియు 'ఆధునిక ఇండో-పాక్ పునర్విమర్శలు'. 'మతపరమైన', 'జాతి'

మరియు 'తరగతి యుద్ధం' మొదలైన ఇతర ఆలోచనా విధానాల ద్వారా విషయాలు మరింత క్లిష్టంగా మారాయి. కార్ల్ మార్క్స్ దీనిని విభజించి పాలించే విధానం యొక్క వైఫల్యంగా పేర్కొన్నాడు. ముస్లిం పునరుజ్జీవన చరిత్రకారులు దీనిని జెహాద్, హిందువులు అని పిలుస్తారు

వారి స్వంత వివరణలు ఉన్నాయి. ఆధునిక జాతీయవాద చరిత్రకారులు పురాణాన్ని వాస్తవికతతో ఉదారంగా కలపడం ద్వారా మరింత రంగురంగులగా మరియు అద్భుతంగా చేశారు! ఇది సైనికుల తిరుగుబాటు అని నిరూపించడానికి బ్రిటిష్ వారు ఎప్పుడూ ఆసక్తి చూపుతారు. అందువల్ల 1857 చరిత్ర గురించి వ్రాయడానికి ప్రయత్నించే ఎవరైనా వివిధ సంభావిత ఆపదలతో పోరాడవలసి ఉంటుంది

మరియు జాతి, మత మరియు వ్యక్తిగత పక్షపాతాల ఆధారంగా అడ్డంకులు. మా లక్ష్యం 1857 సంఘటనలను మతపరమైన లేదా జాతి లేదా మరేదైనా వ్యక్తిగత పక్షపాతం నుండి కాకుండా స్వచ్ఛమైన చారిత్రక దృక్కోణం నుండి అర్థం చేసుకోవడం; తద్వారా సరైన ముగింపులు తీసుకోవచ్చు; ముస్లింగా లేదా హిందువుగా లేదా సిక్కుగా లేదా ఉత్తర భారతీయుడిగా లేదా పంజాబీగా లేదా మరే ఇతర వస్తువుగా కాదు. ఇది చాలా ముఖ్యమైనది ఎందుకంటే నేడు భారత ఉపఖండంలోని దేశాలు చారిత్రక పునర్వివరణ పరంగా ఒక క్లిష్టమైన దశను ఎదుర్కొంటున్నాయి, ఈ రోజు ప్రజలు గతంలో చర్చించడానికి చాలా పవిత్రమైన అనేక సమస్యలను ప్రశ్నిస్తున్నారు; యాభై లేదా వందల సంవత్సరాల క్రితం కంటే నేడు చరిత్ర మళ్లీ చాలా కీలకంగా మారింది. ఈ రోజు మనం 1947 లేదా 1859తో పోల్చినప్పుడు చెప్పేదానికంటే తక్కువ భావోద్వేగంతో మరియు ఎక్కువ లక్ష్యంతో ఉన్నాము.1857లో సర్ సయ్యద్ అహ్మద్ ఖాన్ వ్రాసినప్పటి కంటే ఈ రోజు తక్కువ ఒత్తిళ్లు మరియు తక్కువ ఒత్తిడిలు ఉన్నాయి. ఆ సమయంలో సమస్య స్వచ్ఛమైన మనుగడ, నేడు సమస్య తక్షణ మనుగడ కాదు, దీర్ఘకాలిక పురోగతి. ఈ రోజు మతపరమైన విభజనలు 1947లో ఉన్నదానికంటే తక్కువ అర్థవంతంగా ఉన్నాయి, ఎందుకంటే నిర్దిష్ట లక్ష్యాలను సాధించడానికి వారి అనుచరులను ఒక నిర్దిష్ట దిశలో మార్చడానికి నాయకులను ప్రేరేపించిన దాని గురించి ఈ రోజు మనం మరింత స్పష్టంగా తెలుసుకున్నాము! ఈ రోజు సమస్య ఘర్షణ కాదు, సైన్యాన్ని తగ్గించడం మరియు నిజమైన అర్థంలో ఆర్థిక పురోగతి.

1857 వ్యాప్తి యొక్క ప్రాముఖ్యత యొక్క మరొక అంశం భారతదేశం గురించి భవిష్యత్తులో బ్రిటిష్ విధానంపై దాని ప్రభావం. ఈ కోణంలో బ్రిటీష్ వారు భారతదేశాన్ని

వేగంగా ఆధునీకరించే విధానాన్ని తిప్పికొట్టారు మరియు డల్హౌసీని నాశనం చేయడానికి పూనుకున్న భూస్వామ్య వర్గాలకు మద్దతు ఇవ్వడం ప్రారంభించినప్పటి నుండి ఇది ఒక విధంగా ప్రతికూలంగా ఉంది.

భారత సైన్యం వర్గీకరణకు పునాది పడింది. 1857లో మాదిరిగానే హిందువులు మరియు ముస్లింలు కలిస్తే భారతదేశాన్ని పాలించడం చాలా కష్టమని బ్రిటీష్ వారు గ్రహించినప్పటి నుండి విభజించి పాలించు విధానం గొప్ప ప్రోత్సాహాన్ని పొందింది. 1857 తర్వాత బ్రిటీష్ ప్రభుత్వం చాలా విరుద్ధమైన విధానాలను అవలంబించడం మనం చూస్తున్నాం. ఒకవైపు 1857 నాటి ప్రధాన దోషులు ముస్లింలు అని, అయితే తిరుగుబాటు చేసిన బెంగాల్ సైన్యంలోని అధిక సంఖ్యాకులు హిందువులే. ఇది హిందుస్థానీ అంటే తగ్గడానికి దారితీసింది. జుమ్నాకు తూర్పున హిందూ మరియు ముస్లింలు ఉన్నారు, అయితే పంజాబ్ పంజాబీ ముస్లింలకు ప్రాధాన్యత ఇవ్వడంతో రిక్రూట్‌మెంట్‌లో ప్రధాన ప్రాంతంగా మారింది. 1857 యొక్క మరొక ప్రభావం ఏమిటంటే, అవిశ్వాసం యొక్క కళంకాన్ని తుడిచివేయడానికి ముస్లింలను బ్రిటిష్ వారికి ఎక్కువ విధేయతను చూపించేలా ప్రేరేపించింది.

1857 భారత స్వాతంత్ర్యం వైపు సాగే ప్రధాన మైలురాయిగా మిగిలిపోయింది, ఎందుకంటే భారతదేశాన్ని విశ్రాంతి సమయంలో నిర్వహించలేమని బ్రిటిష్ వారిని ఒప్పించింది మరియు మరొక తిరుగుబాటు భయం బ్రిటిష్ పాలకులను 1947 వరకు వెంటాడుతూనే ఉంది. మరోవైపు స్వాతంత్ర్య ఉద్యమంపై మరొక సూక్ష్మ ప్రభావం దీనిని ఒకటి అని పిలవగలిగితే, సైనిక ఎంపిక ఆచరణీయం కాదని భారతీయులు గ్రహించారు మరియు తద్వారా భారతీయులు సామాజిక సంస్కరణ మరియు అంతర్గతంగా ఆశ్రయించారు ఆధునిక యుగం యొక్క సవాళ్లకు తమను తాము సిద్ధం చేసుకోవడానికి పునరుత్పత్తి. ఈ విషయంలో భారతీయులకు విద్యాబోధనలో ప్రధాన సహకారం బ్రిటిష్ వారిదే. 1857 నాటి మహా తిరుగుబాటు భారత ఉపఖండ చరిత్రలో నిర్ణయాత్మక స్థానాన్ని ఆక్రమించింది. ఇది ఇంగ్లీష్ ఈస్ట్ ఇండియా కంపెనీని నాశనం చేసింది మరియు అనేక శతాబ్దాల నాటి సామాజిక వ్యవస్థను నాశనం చేసింది. ఇది చాలా సంక్లిష్టమైన సంఘటన మరియు నేటికీ ఈ అసాధారణ సంఘటన యొక్క అనేక అంశాలు గ్రహణశక్తిని ధిక్కరిస్తున్నాయి. ఇది భారత ఉపఖండంలోని ప్రతి తరగతి మరియు విభాగాన్ని ప్రభావితం చేసింది మరియు చివరికి 1947లో భారతదేశ విభజనకు దారితీసిన సంక్లిష్టమైన సంఘటనలకు ఒక ప్రైమర్‌గా పనిచేసింది. యొక్క

సంఘటనలతో వ్యవహరించే రచనలకు కొరత లేదు 1857. ఈ గొప్ప సంఘటన యొక్క ప్రతి అంశాన్ని ఇవి కవర్ చేస్తాయి. అయితే అన్ని రచనలు ఈ క్రింది వైకల్యాలలో దేనితోనైనా బాధపడుతుంటాయి:

1. బ్రిటిష్ రచయితలు తమకు తెలియకుండానే దానిని 'బ్రిటీష్ వారు ఎంత గొప్పవారు!' వారు తమ దేశస్థులు ఎదుర్కొన్న అసమానతలను పెంచి, సిపాయిల సంఖ్యా బలాన్ని అతిశయోక్తి చేస్తారు.

2. చరిత్రకారులు వీరిలో ఎక్కువ మంది పౌరులు నిత్యావసరాల ఖర్చుతో అనవసరమైన వివరాలలోకి వెళతారు. అనుకోకుండా అవలంబించిన బ్రిటీష్ చర్యలను సూక్ష్మమైన కానీ ముఖ్యంగా హాస్యాస్పదమైన సైద్ధాంతిక ఫ్రేమ్‌వర్క్‌లలోకి అమర్చడానికి వారు కొన్నిసార్లు ప్రయత్నిస్తారు.

3. జాతీయవాద చరిత్రకారులు దానిని కీర్తించడానికి ప్రయత్నిస్తారు మరియు ఆ ప్రయత్నంలో పెద్దగా విజయం సాధించకుండానే దానిని ఒక మానవాతీత ఆదర్శవాద ప్రయత్నంగా ప్రదర్శించారు. వాస్తవం ఏమిటంటే, ఈ తిరుగుబాటుకు కాంగ్రెస్ లేదా లీగ్‌తో అంతగా సంబంధం లేదు. దీనికి రెండు దేశాలతో లేదా గ్రేటర్ భారత్ సిద్ధాంతాలతో రిమోట్ కనెక్షన్ లేదు!

4. ఇరుకైన ప్రాంతీయ దృక్పథంతో ఉన్న ఇండో-పాక్ చరిత్రకారులు తమ అభిప్రాయం ప్రకారం తప్పుదారి పట్టించిన లేదా సహకరించినవారు లేదా అవకాశవాదులైన ఇతర జాతి సమూహాలను ఖండిస్తూ, ఒక జాతి సమూహం యొక్క విజయంగా దీనిని అంచనా వేయడానికి ప్రయత్నిస్తారు!

5. బాహ్యంగా ఆకట్టుకునే చరిత్రకారులలో మరొక వర్గం ఉంది, వారు ముందస్తు ఆలోచనలకు బానిసలు పాశ్చాత్య ప్రపంచంలోని ఎలైట్ యూనివర్సిటీలు అని పిలవబడే వాటిలో పెద్దగా అవగాహన లేకుండా జీర్ణించుకున్నారు. వారు ఎల్లప్పుడూ సంభావిత విశ్లేషణ సాధనాల సేవకు 1857ని సమర్పించడానికి ప్రయత్నిస్తున్నారు, వారు విదేశాలలో చదువుతున్నప్పుడు నేర్చుకున్నారు. వాటిని చూసినప్పుడు గిబ్బన్ అనే గొప్ప చరిత్రకారుడు పాశ్చాత్య ప్రపంచంలోని గొప్ప విశ్వవిద్యాలయాలు అని పిలవబడే వాటి గురించి చేసిన వ్యాఖ్య గుర్తుకు వస్తుంది, గిబ్బన్ ఆ విశ్వవిద్యాలయంలో గడిపిన రోజులు అతని యొక్క అత్యంత వ్యర్థమైన మరియు బంజరు రోజులు. జీవితం! 1857 అది జరిగిన సంవత్సరం నుండి చరిత్రకారులచే పదేపదే విశ్లేషించబడింది. ఆధునిక భారతీయ చరిత్రతో వ్యవహరించే చరిత్రకారులు లేదా సామాజిక

శాస్త్రవేత్తలందరూ 1857ని అధ్యయనం చేస్తే తప్పు ఎక్కడికీ రాలేరు. కానీ దురదృష్టవశాత్తూ 1857 చాలావరకు తప్పుగా అర్థం చేసుకోబడింది. అందువల్ల సరైన ముగింపులు ఎక్కువగా తీసుకోబడలేదు. 1857కి సంబంధించిన అనేక అపోహలు, అర్ధసత్యాలు మరియు విస్తృతమైన తీర్పులు చాలా విజ్ఞానంతో నేటికీ ఉన్నాయి. భావితరాల ప్రయోజనాల కోసం దీన్ని తొలగించడం చాలా ముఖ్యం. ఈ ప్రబలమైన అపోహలు మరియు అపార్థాలు. ఈ విధంగా, 1857 గురించి ఏదైనా రాయడానికి నన్ను బలవంతం చేసిన నా లక్ష్యం ఇదే. దురదృష్టవశాత్తూ భారత ఉపఖండానికి చెందిన ఎవరైనా ఇండో-పాక్ చరిత్రను చదివినప్పుడల్లా అతను లేదా ఆమె చాలా తక్కువ మాత్రమే కనుగొంటారనేది పూర్తిగా స్పష్టమైన వాస్తవం. ఇది సానుకూలంగా లేదా స్ఫూర్తిదాయకంగా ఉంటుంది మరియు ఒకరికి అసహ్యం మరియు భ్రమ కలిగించేలా చేస్తుంది. ఈ ప్రాంతం సంస్కృతిలో మాత్రమే కాకుండా వైరుధ్యాలు మరియు వైరుధ్యాలతో కూడా గొప్పది. '1857' అయితే అది 'రెబెల్' లేదా 'బ్రిటీష్' పక్షం అయినా స్ఫూర్తిదాయకమైన కథ. అసాధ్యమైన అసమానతలకు వ్యతిరేకంగా పోరాడుతున్న రెండు వైపులా నిజమైన, చాలా స్ఫూర్తిదాయకమైన మరియు టైటానిక్ బొమ్మలను మేము చూస్తున్నాము. మరణాన్ని, విధ్వంసాన్ని ధిక్కరించిన నిజమైన దేశభక్తులను మనం చూస్తున్నాం. 1857 తర్వాత 1947 వరకు భారతదేశం మరియు పాకిస్తాన్ చరిత్రను 'స్వాతంత్ర్య పోరాటం' అని పిలుస్తారు. కానీ నిశితంగా పరిశీలిస్తే అది నాగరికమైన డ్రాయింగ్ రూమ్‌లు మరియు అద్భుతమైన కాన్ఫరెన్స్ హాళ్లలో జరిగిన చర్చల శ్రేణి అని వెల్లడిస్తుంది. భారతీయులు మరియు పాకిస్థానీయులు ఇరువైపులా బ్రిటీష్ వారిపై పోరాడుతూ రక్తాన్ని చిందించరు, అయితే రెండు ప్రపంచాల్లో బ్రిటిష్ వారి కోసం పోరాడుతున్నారు.

యుద్ధాలు లేదా ఆ సమయంలో నిరాయుధ పౌరుల గొంతులను కోయడం

1947 అధికార బదిలీ సంవత్సరం.

ఆ విధంగా, విభజన సమయంలో అన్నింటికంటే ఎక్కువ రక్తపాతాన్ని సృష్టించిన రక్తపాతం లేని స్వాతంత్ర్య ఉద్యమానికి నాయకత్వం వహించిన అద్భుతమైన కీర్తిని దోచుకోకూడదనుకోవడం వల్ల రాజకీయ నాయకులు ఇండియన్ నేషనల్ ఆర్మీ లేదా బొంబే నావికా తిరుగుబాటును తక్కువ చేయడానికి గణనీయమైన శక్తిని వెచ్చించడం మనం చూస్తున్నాము. కనీసం 1707 నుండి 1947 వరకు భారతదేశ చరిత్రలో అసహజ మరణాలు కలిపి! కానీ మానవజాతి చరిత్రలోని చాలా భాగాలు మరియు యుగాలకు

ఇవన్నీ సాధారణంగా నిజం. మనిషి తనను ఎక్కువగా కలుపుకున్న ఆదర్శధామ ఆదర్శాల కోసం ఎల్లప్పుడూ ఫలించలేదు. ప్రతి టైటానిక్ పోరాటం మనం ఆశించిన ఆదర్శాల నుండి మనల్ని మరింత దూరం తీసుకువెళ్లింది, అయితే చరిత్ర ఇలాగే ఉంది మరియు ఇప్పటివరకు చరిత్రకారులు చరిత్ర యొక్క సమగ్ర సిద్ధాంతాన్ని చేరుకోవడానికి ఫలించలేదు.

పాకిస్తాన్‌లో చరిత్రను పూర్తిగా వక్రీకరించడం పట్ల మేధోపరమైన అసహ్యం, మతం, భావజాలం పేరుతో హీరో ఆరాధన మరియు జాతీయవాదం నన్ను వ్రాయడానికి బలవంతం చేసింది. నా దగ్గర గొడ్డలి లేదు. చరిత్రను పణంగా పెట్టి ఏ జాతిని లేదా మతాన్ని ప్రదర్శించాలనే తీవ్రమైన కోరిక నాకు లేదు. ఒక వైపు లేదా మరొక వైపు మద్దతు ఇచ్చే బిట్‌లను తారుమారు చేయకుండా మొత్తం కథను చెప్పే ప్రయత్నం జరిగింది. సహజంగా ఈ విధానం ఫలితంగా ఉద్భవించే చిత్రం మృదువైనది మరియు అత్యంత క్రమబద్ధంగా ఉండదు.

భారతీయ తిరుగుబాటు

1857 నాటి భారతీయ తిరుగుబాటు బ్రిటిష్ ఈస్ట్ ఇండియా కంపెనీకి వ్యతిరేకంగా సైనిక తిరుగుబాటు మరియు పౌర తిరుగుబాటు. ప్రధానంగా ఉత్తర-మధ్య భారతదేశానికి (ప్రస్తుత ఉత్తరప్రదేశ్, ఉత్తర మధ్యప్రదేశ్ మరియు ఢిల్లీ) పరిమితమైంది, ఇది 10 మే 1857న మీరట్‌లో ప్రారంభమైంది మరియు 20 జూన్ 1858న గ్వాలియర్ పతనంతో చాలా వరకు ముగిసింది. తిరుగుబాటును కూడా అంటారు. మొదటి స్వాతంత్ర్య సంగ్రామం, భారత తిరుగుబాటు, సిపాయిల తిరుగుబాటు, మహా తిరుగుబాటు మరియు 1857 తిరుగుబాటు.

కొంతమంది కేవలం సిపాయిల తిరుగుబాటు లేదా తిరుగుబాటు లేదా బ్రిటీష్ వారి మతపరమైన హక్కుల ఉల్లంఘనకు నిరసనగా కొట్టిపారేసినప్పటికీ, 1857 నాటి గొప్ప తిరుగుబాటు నెమ్మదిగా భారతదేశం యొక్క మొదటి స్వాతంత్ర్య యుద్ధంగా గుర్తింపు పొందుతోంది. మరియు 19వ శతాబ్దపు మొత్తం కాలంలో వలస పాలనకు ఇది అతిపెద్ద సాయుధ సవాలు. అన్ని వర్గాల ప్రజలను-హిందువులు మరియు ముస్లింలను ఆకర్షిస్తూ, ఇది తీవ్రమైన సామాజిక మరియు ఆర్థిక సంస్కరణల కోసం డిమాండ్‌లను ప్రేరేపించింది, ఇది మరింత ప్రజాస్వామ్యబద్ధంగా మరియు ప్రజాదరణ పొందిన డిమాండ్‌లకు మరింత ప్రాతినిధ్యం వహించే కొత్త సమాజానికి పిలుపునిచ్చింది.

ప్రారంభ పూర్వజన్మలు

ఇది నీలిరంగు నుండి ఒక బోల్ట్ కూడా కాదు. అంతగా తెలియనప్పటికీ, 1763 మరియు 1856 మధ్య కాలం భారతీయులు విదేశీయుల పాలనను నిష్క్రియాత్మకంగా అంగీకరించిన కాలం కాదు. రైతులు, గిరిజన సంఘాలు మరియు రాచరిక రాష్ట్రాలచే అనేక తిరుగుబాట్లు బ్రిటిష్ వారిని ఎదుర్కొన్నారు. కొన్ని నిరంతరాయంగా ఉన్నాయి-ఇంకొన్ని అప్పుడప్పుడు కొన్ని విప్లవాత్మక ప్రతిఘటన యొక్క వివిక్త చర్యలు, అయితే వారందరూ వలస పాలనను సవాలు చేశారు. ఈ ప్రాంతం నుండి వ్యవసాయ మరియు అటవీ సంపదను వలసరాజ్యాల నియంత్రణ లేకుండా వెలికితీసే విధానం ద్వారా అవక్షేపించబడింది – ఈ కాలంలో గ్రామీణ పేదరికంలో విపరీతమైన వృద్ధి కనిపించింది, ప్రజానీకం పూర్తిగా లేమి స్థితికి దిగజారింది.

అధికారిక పన్నులు తగినంతగా వెనక్కి తగ్గినప్పటికీ, బ్రిటీష్ అధికారులు భారతీయ రైతులు మరియు చేతివృత్తుల నుండి అదనపు డబ్బు, ఉత్పత్తి మరియు ఉచిత సేవలను బలవంతం చేయడానికి తమ అధికారాలను ఉపయోగించారు. మరియు న్యాయస్థానాలు మామూలుగా న్యాయం కోసం వారి అభ్యర్థనలను తోసిపుచ్చాయి. 1856లో బ్రిటిష్ హౌస్ ఆఫ్ కామన్స్‌కు సమర్పించిన మద్రాసులోని టార్చర్ కమిషన్ మొదటి నివేదికలో, ఈస్ట్ ఇండియా కంపెనీ అధికారులు చిత్రహింసలకు దూరంగా ఉండలేదని లేదా వారు దాని ఉపయోగాన్ని నిరుత్సాహపరచలేదని అంగీకరించడంతో పాటు ఇది అంగీకరించబడింది. ఇది కేవలం మద్రాసు ప్రెసిడెన్సీకి మాత్రమే పరిమితం కాదనే విషయం లార్డ్ డల్హౌసీ సెప్టెంబరు, 1855లో ఈస్టిండియా కంపెనీ యొక్క కోర్ట్ ఆఫ్ డైరెక్టర్స్‌కు రాసిన లేఖ ద్వారా ధృవీకరించబడింది, అక్కడ ప్రతి బ్రిటిష్ ప్రావిన్స్‌లో హింసించే పద్ధతి వాడుకలో ఉందని అతను అంగీకరించాడు.

నిరాశకు గురైన సంఘాలకు తరచుగా చేదు ముగింపు వరకు ప్రతిఘటించడం తప్ప వేరే మార్గం లేదు. సాయుధ తిరుగుబాట్లు ప్రతి సంవత్సరం ఆచరణాత్మకంగా విరుచుకుపడ్డాయి-బ్రిటీష్ వారిచే క్రూరంగా అణచివేయబడటానికి మాత్రమే. బ్రిటీష్

ఆయుధాగారం యొక్క అగ్ని శక్తి లేకపోవడంతో - వారు నిరంతరం తుపాకీని అధిగమించారు. మరియు బ్రిటీష్-వ్యక్తిగత తిరుగుబాట్లకు అందుబాటులో ఉన్న కమ్యూనికేషన్ సాధనాలు లేకపోవడం వల్ల కూడా ఇతర చోట్ల సానుభూతి తిరుగుబాటును ప్రేరేపించలేకపోయింది. అననుకూల సమయపాలన పరాజయాలకు దారితీసింది. అయినప్పటికీ, ఈ పోరాటాలలో కొన్ని చాలా సంవత్సరాలుగా రగులుతున్నాయి

సీతింగ్ గ్రీవెన్స్

ఉదాహరణకు, బెంగాల్ సైన్యంలో, 'సిపాయిలు'గా నియమించబడిన 140,000 మంది భారతీయులు దాదాపు 26,000 మంది బ్రిటీష్ అధికారులకు పూర్తిగా అధీనంలో ఉన్నారు. ఈ సిపాయిలు మొదటి బ్రిటీష్-ఆఫ్ఘన్ యుద్ధం (1838-42) యొక్క భారాన్ని భరించారు, ఈ ఇద్దరూ పంజాబ్ యుద్ధాలు (1845-46 మరియు 1848-49) మరియు రెండవ ఆంగ్లో-బర్మీస్ యుద్ధంలో ఉన్నారు. చైనా (1840-42) మరియు (1856-60) మరియు రష్యాపై క్రిమియన్ యుద్ధం (1854)కి వ్యతిరేకంగా జరిగిన నల్లమందు యుద్ధాలలో పోరాడేందుకు వారు సముద్రాల మీదుగా రవాణా చేయబడ్డారు. మరణం యొక్క స్థిరమైన ప్రమాదం ఉన్నప్పటికీ, అన్ని అధికార స్థానాలు యూరోపియన్లచే గుత్తాధిపత్యం చేయబడినందున భారతీయ సిపాయి పురోగతికి చాలా పరిమిత అవకాశాలను ఎదుర్కొన్నాడు.

బెంగాల్ ఆర్మీలోని చాలా మంది సిపాయిలు యుపిలోని హిందీ మాట్లాడే మైదానాల నుండి వచ్చారు, ఇక్కడ (ఔధ్ మినహా) బ్రిటిష్ వారు 'మహల్వారీ' పన్నుల విధానాన్ని అమలు చేశారు, ఇందులో నిరంతరం పెరుగుతున్న ఆదాయ డిమాండ్లు ఉన్నాయి. 19వ శతాబ్దపు మొదటి అర్ధ భాగంలో బ్రిటిష్ వారికి చెల్లించాల్సిన పన్ను రాబడి 70% పెరిగింది. ఇది చాలా వేగంగా వ్యాపారులు మరియు వడ్డీ వ్యాపారులకు భూమి తనఖా పెట్టడంతో వ్యవసాయ అప్పులు పెరిగాయి. ఈ అమానవీయ పన్నుల వ్యవస్థ ఔద్ వరకు విస్తరించబడింది, అక్కడ మొత్తం ప్రభువులను సారాంశంగా తొలగించారు.

తత్ఫలితంగా, బ్రిటిష్ వారిపై అసంతృప్తి కేవలం వ్యవసాయ వర్గాలకే పరిమితం కాలేదు. ప్రభువులు మరియు పట్టణ మధ్యతరగతి ప్రజలను దివాలా తీయడం ద్వారా, అనేక స్థానిక వస్తువులకు డిమాండ్ దాదాపుగా తొలగించబడింది. అదే సమయంలో స్థానిక నిర్మాతలు బ్రిటిష్ దిగుమతుల నుండి అన్యాయమైన పోటీని ఎదుర్కొన్నారు. దీని

పర్యవసానాలను తిరుగుబాటు యువరాజు ఫిరోజ్ షా తన ఆగష్టు 1857 ప్రకటనలో క్లుప్తీకరించారు, "భారతదేశంలోకి ఆంగ్ల వ్యాసాలను ప్రవేశపెట్టడం ద్వారా యూరోపియన్లు నేత కార్మికులు, పత్తి వస్త్రాలు, వడ్రంగులు, కమ్మరులు మరియు షూ తయారీదారులు మరియు మరికొందరు ఉపాధి లేకుండా మరియు వారి వృత్తులలో మునిగిపోయారు, తద్వారా స్థానిక కళాకారుల యొక్క ప్రతి వర్ణన బిచ్చగాడుగా తగ్గించబడింది." భారతదేశంలో మొఘల్ పాలన రాకతో ఈ సంఘటనల పరిణామానికి విరుద్ధంగా. బాబర్, భారతీయ వాతావరణం మరియు ఆచారాల పట్ల తనకు అసహ్యం ఉన్నప్పటికీ, భారతీయ హస్తకళాకారుల యొక్క అద్భుతమైన వైవిధ్యం మరియు నైపుణ్యాన్ని గుర్తించాడు మరియు భారతీయ తయారీని విస్తరించడంలో గొప్ప సామర్థ్యాన్ని చూశాడు. బ్రిటీష్ వారిలా కాకుండా, మొఘలులు భారతీయ చేతివృత్తుల వారి తయారీ శక్తిపై నిర్మించారు (ఇప్పటికే సుల్తానేట్ కాలంలో బాగా స్థిరపడ్డారు) మరియు తరువాతి కాలంలో వారిని అబ్బురపరిచే ఎత్తులకు తీసుకెళ్లారు. కానీ 19వ శతాబ్దం మధ్య నాటికి, తయారీలో ఈ పారిశ్రామిక పూర్వ నైపుణ్యం వాస్తవంగా బ్రిటిష్ విధానాల వల్ల ఉక్కిరిబిక్కిరి అయింది. ఆ కాలానికి చెందిన బ్రిటీష్ చరిత్రకారుడు, థామస్ లోవ్ ఇలా పేర్కొన్నాడు, "భారతదేశానికి పేరు తెచ్చేందుకు ఉపయోగించే స్థానిక కళలు మరియు తయారీలు పాశ్చాత్య ప్రపంచమంతటా ఈ రోజుల్లో దాదాపుగా అంతరించిపోతున్నాయి; ఒకప్పుడు ప్రసిద్ధ మరియు గొప్ప నగరాలు కేవలం శిథిలాల కుప్పలు మాత్రమే. ..." ఇవన్నీ అనివార్యంగా 1857 నాటి మరింత విస్తృతమైన తిరుగుబాటుకు రంగం సిద్ధం చేశాయి. ఆధునిక భారతదేశంలోని ఇప్పుడు UPలో కేంద్రీకృతమై ఉన్నప్పటికీ, 1857 తిరుగుబాటు తూర్పున డాకా మరియు చిట్టగాంగ్ (ప్రస్తుతం బంగ్లాదేశ్) నుండి పశ్చిమాన ఢిల్లీ వరకు వ్యాపించింది. కటక్, సంబల్పూర్, పాట్నా మరియు రాంచీతో సహా బెంగాల్, ఒరిస్సా మరియు బీహార్‌లోని ప్రధాన పట్టణ కేంద్రాలు పాల్గొన్నాయి. మధ్య భారతదేశంలో తిరుగుబాటు ఇండోర్, జబల్పూర్, ఝాన్సీ మరియు గ్వాలియర్‌లకు వ్యాపించింది. రాజస్థాన్‌లోని నాసిరాబాద్, మహారాష్ట్రలోని ఔరంగాబాద్ మరియు కొల్హాపూర్ మరియు ఆఫ్ఘన్ సరిహద్దులోని పెషావర్‌లలో కూడా తిరుగుబాట్లు జరిగాయి. కానీ ప్రధాన యుద్ధభూమి UPలోని మైదానాలలో ఉంది, ప్రతి ప్రధాన పట్టణం బ్రిటిష్ ఆక్రమణదారులకు ధైర్యమైన ప్రతిఘటనను అందిస్తుంది.

సిపాయిల తిరుగుబాటుగా ప్రారంభమైన ఇది త్వరలో పౌర జనాభా తిరుగుబాటుతో పాటు ప్రత్యేకించి నార్త్ వెస్ట్రన్ ప్రావిన్సులు మరియు ఔద్‌లో జరిగింది. ప్రభుత్వ భవనాలు మరియు జైళ్లపై దాడులు చేయడం ద్వారా ప్రజలు బ్రిటిష్ పాలనపై తమ వ్యతిరేకతను చాటుకున్నారు. వారు 'ఖజానా'పై దాడి చేశారు, బ్యారక్‌లు మరియు కోర్టు గృహాలపై అభియోగాలు మోపారు మరియు జైలు ద్వారాలను తెరిచారు. పౌర తిరుగుబాటు విస్తృత సామాజిక స్థావరాన్ని కలిగి ఉంది, ప్రాదేశిక పెద్దలు, రైతులు, చేతివృత్తులవారు, మత గురువులు మరియు పూజారులు, పౌర సేవకులు, దుకాణదారులు మరియు పడవ నడిపేవారు సమాజంలోని అన్ని వర్గాలను ఆలింగనం చేసుకున్నారు.

మే 10, 1857న మీరట్‌లో తిరుగుబాటు ప్రారంభమైన అనేక నెలల తర్వాత భారతదేశంలోని ఉత్తర మైదానాల్లో బ్రిటిష్ పాలన నిలిచిపోయింది. ముస్లిం మరియు హిందూ పాలకులు ఒకే విధంగా తిరుగుబాటు సైనికులు మరియు మిలిటెంట్ రైతులు మరియు ఇతర జాతీయవాద యోధులతో చేరారు. తిరుగుబాటు యొక్క ప్రముఖ నాయకులలో నానా సాహిబ్, తాంత్యా తోపే, భక్త్ ఖాన్, అజీముల్లా ఖాన్, రాణి లక్ష్మి

బాయి, బేగం హజ్రత్ మహల్, కున్వర్ సింగ్, మౌల్వీ అహ్మదుల్లా, బహదూర్ ఖాన్ మరియు రావు తులా రామ్ ఉన్నారు. "చట్టబద్ధమైన మగ వారసులు" లేకుంటే ఏదైనా రాచరిక రాష్ట్రాన్ని స్వాధీనం చేసుకునే హక్కును బ్రిటిష్ వారికి అందించిన వారసత్వంపై అపఖ్యాతి పాలైన చట్టంతో సహా, మాజీ పాలకులు బ్రిటీష్ వారిపై వారి స్వంత ఫిర్యాదులను కలిగి ఉన్నారు.

జనాదరణ పొందిన సంకల్పం యొక్క వ్యక్తీకరణలు

తిరుగుబాటుదారులు పది మంది సభ్యులతో కూడిన ఒక కోర్ట్ ఆఫ్ అడ్మినిస్ట్రేషన్‌ను స్థాపించారు – సైన్యం నుండి ఆరుగురు మరియు హిందువులు మరియు ముస్లింల సమాన ప్రాతినిధ్యంతో నలుగురు పౌరులు. తిరుగుబాటు ప్రభుత్వం సాధారణ వినియోగ వస్తువులపై పన్నులను రద్దు చేసింది మరియు హోర్డింగ్‌పై జరిమానా విధించింది, దాని చార్టర్‌లోని నిబంధనలలో బ్రిటిష్ వారు విధించిన అసహ్యించుకున్న 'జమీందారీ' వ్యవస్థను రద్దు చేయడం మరియు రైతుకు భూమి కోసం పిలుపు.

తిరుగుబాటుదారులతో చేరిన మాజీ యువరాజులు అంత దూరం వెళ్లనప్పటికీ, మాజీ పాలకులు జారీ చేసిన ప్రకటనలలోని అనేక అంశాలు గమనించదగినవి. అన్ని ప్రకటనలు ప్రముఖ భాషలలో జారీ చేయబడ్డాయి. హిందీ, ఉర్దూ గ్రంథాలను ఏకకాలంలో అందించారు. హిందువులు, ముస్లింలు ఇద్దరి పేరుతో ఉమ్మడిగా ప్రకటనలు జారీ చేశారు. ఫిరోజ్ షా తన ఆగష్టు 1857 ప్రకటనలో కొన్ని ముఖ్యమైన అంశాలను చేర్చారు—ప్రభుత్వ ఆవిరి నౌకలు మరియు ఆవిరి క్యారేజీల ఉచిత వినియోగంతో అన్ని వాణిజ్యం భారతీయ వ్యాపారులకు మాత్రమే కేటాయించబడింది. అన్ని ప్రభుత్వ కార్యాలయాలు భారతీయులకు మాత్రమే ఇవ్వబడతాయి మరియు సిపాయిల వేతనాలు పైకి సవరించబడతాయి.

బ్రిటీష్ మైట్ చేత ఆక్రమించబడింది, యువరాజులచే మోసం చేయబడింది.

ఇటువంటి తీవ్రమైన పరిణామాలతో బెదిరిపోయిన బ్రిటిష్ పాలకులు పోరాటాన్ని అణచివేయడానికి ఆయుధాలు మరియు మనుషులలో అపారమైన వనరులను కురిపించారు. తిరుగుబాటుదారులు వీరోచితంగా పోరాడినప్పటికీ, అనేక మంది పాలకులు చేసిన ద్రోహం బ్రిటీష్ వారిపై విజయం సాధించేలా చేసింది. దీర్ఘకాలంగా సాగిన తిరుగుబాటు యొక్క అనిశ్చితిని భరించడానికి ఇష్టపడని వర్తక సంఘాల సంప్రదాయవాదం కూడా బ్రిటిష్ వారికి సహాయం చేసింది.

అయితే బ్రిటీష్ వారి సామ్రాజ్యాన్ని రక్షించడంలో అత్యున్నతమైన ఆయుధాలు మరియు క్రూరత్వం కూడా అంతే ముఖ్యమైనవి. తిరుగుబాటును అణచివేయడంలో బ్రిటిష్ అనాగరికత అపూర్వమైనది. మే 8, 1858న లక్నో పతనం తర్వాత ఫ్రెడరిక్ ఎంగెల్స్ ఇలా వ్యాఖ్యానించాడు: "వాస్తవం ఏమిటంటే, బ్రిటీష్ వారింత క్రూరత్వం కలిగిన సైన్యం యూరప్ లేదా అమెరికాలో లేదు. దోపిడీ, హింస,ఊచకోత-మిగిలిన ప్రతిచోటా కఠినంగా మరియు పూర్తిగా బహిష్కరించబడిన విషయాలు-ఒక సమయం గౌరవించబడిన ప్రత్యేక హక్కు, బ్రిటిష్ సైనికుడి యొక్క స్వాధీన హక్కు..." ఔద్‌లో మాత్రమే 150,000 మంది మరణించారు, వారిలో 100,000 మంది పౌరులు ఉన్నారు. గొప్ప ఉర్దూ కవి, మీర్జా గాలిబ్ రాశారు. ఢిల్లీ నుండి, "నా ముందు, నేను రక్త నదులను చూస్తున్నాను" అని అతను వివరించాడు, విజయవంతమైన సైన్యం ఎలా హతమార్చింది-ప్రజల ఆస్తులను కనుచూపుమేరలో కొల్లగొడుతూ ప్రతి ఒక్కరినీ చంపింది. బహదూర్ షా యొక్క ముగ్గురు కుమారులు ఢిల్లీలోని 'ఖూనీ దర్వాజా'లో బహిరంగంగా ఉరితీయబడ్డారు మరియు బహదూర్ షా స్వయంగా రంగూన్‌కు బహిష్కరించబడ్డారు, అక్కడ అతను 1862లో మరణించాడు. బ్రిటీష్ వారి నుండి దయ కోసం వేడుకోవడానికి నిరాకరించాడు, అతను ధైర్యంగా సమాధానం చెప్పాడు: "తిరుగుబాటుదారుల హృదయాల్లో ఆత్మగౌరవ వైభవం నిలిచిపోతే భారతదేశం యొక్క శక్తి ఏదో ఒక రోజు లండన్‌ను కదిలిస్తుంది". థామస్ లోవ్ ఇలా వ్రాశాడు: "ఇప్పుడు భారతదేశంలో నివసించడం అనేది అగ్నిపర్వత బిలం అంచున నిలబడటం లాంటిది, దాని వైపులా మన పాదాల నుండి వేగంగా కూలిపోతుంది, మరిగే లావా విస్ఫోటనం చెందడానికి సిద్ధంగా ఉంది." 1857 తిరుగుబాటు హిందువులు మరియు ముస్లింల మధ్య అచంచలమైన ఐక్యతను సృష్టించింది, ఇది మన స్వాతంత్ర్య పోరాటంలో ఒక ముఖ్యమైన మైలురాయి-భవిష్యత్ తరాలకు స్వాతంత్ర్య ప్రేమికుల కోసం ఆశ మరియు ప్రేరణను అందిస్తుంది. అయితే, 1857 తిరుగుబాటు తర్వాత వలస పాలనలో నాటకీయ మార్పులు కూడా వచ్చాయి. 1857 జాతీయ తిరుగుబాటు ఓటమి తరువాత బ్రిటిష్ వారు గతంలో ఎన్నడూ లేని విధంగా మత విద్వేషాన్ని రెచ్చగొట్టి 'విభజించు మరియు పాలించు' అనే ఉగ్ర విధానాన్ని ప్రారంభించారు. పుకార్లు మరియు అబద్ధాలను ఆశ్రయిస్తూ, వారు ఉద్దేశపూర్వకంగా భారతదేశ చరిత్రను అత్యంత మతపరమైన రంగులతో పునర్నిర్మించారు మరియు భారతీయ ప్రజలను విభజించడానికి వినాశకరమైన మత రాజకీయాలను ఆచరించారు. ఆ వారసత్వం నేటికీ ఉపఖండాన్ని

పీడిస్తూనే ఉంది. ఏది ఏమైనప్పటికీ, ఈ విభజన మతపరమైన అగాధం యొక్క వలస మూలాల గురించి ఎక్కువ మంది తెలుసుకుంటే, హిందూ-ముస్లిం ఐక్యతకు జరిగిన కొంత నష్టాన్ని తిప్పికొట్టే అవకాశం ఉంది. 1857 నాటి స్ఫూర్తితో హిందువులు మరియు ముస్లింలు తిరిగి చేరి సహకరించగలిగితే, ఉపఖండం ఇంకా తన వలస గతం నుండి విడదీయగలదు. కంపెనీ యొక్క భారతీయ దళాలచే ఇంతకుముందు తిరుగుబాట్లు జరిగినప్పటికీ, ఉదాహరణకు 1806లో వెల్లూరులో, 1857 తిరుగుబాటు దాని పెద్ద స్థాయికి, పౌర మరియు సైనిక తిరుగుబాట్ల మధ్య అనుబంధానికి మరియు "బ్రిటీష్ అధికారానికి ఇది ముప్పుగా మారింది. ఉత్తర భారతదేశం అంతటా." తిరుగుబాటుదారులు త్వరలో వాయువ్య ప్రావిన్సులు మరియు ఢిల్లీతో సహా ఔద్‌లోని పెద్ద ప్రాంతాలను స్వాధీనం చేసుకున్నారు, అక్కడ వారు మొఘల్ పాలకుడు బహదూర్ షా జాఫర్‌ను హిందూస్థాన్ చక్రవర్తిగా నియమించారు. సెప్టెంబరు 1857 నాటికి తాజా బ్రిటిష్ వారి సహాయంతో బ్రిటిష్ ప్రతిస్పందన వేగంగా వచ్చింది. బలగాలు, ఢిల్లీని తిరిగి స్వాధీనం చేసుకున్నారు. అయితే, ఔద్‌లో తిరుగుబాటును పూర్తిగా అణచివేయడానికి 1858లో ఎక్కువ సమయం పట్టింది.

తిరుగుబాటు అనేక విధాలుగా గుర్తించదగినది, అయినప్పటికీ యుద్ధంలో పోరాడుతున్న రెండు పార్టీల నుండి పోరాటం గొప్ప హింసాత్మకంగా గుర్తించబడింది, తిరుగుబాటు సైనికులు, హిందూ మరియు ముస్లిం ఇద్దరూ, అలాగే వారి గ్రామీణ మద్దతుదారులు ఒకరి పట్ల ఒకరు అసాధారణమైన మతపరమైన స్నేహాన్ని ప్రదర్శించారు, అయినప్పటికీ తిరుగుబాటుదారులు నాయకులు, ముఖ్యంగా ఝాన్సీ రాణి, అర్ధ శతాబ్దం తరువాత అభివృద్ధి చెందుతున్న జాతీయవాద ఉద్యమంలో జానపద నాయకులుగా మారారు, వారు స్వయంగా "కొత్త క్రమాన్ని నిర్మించడానికి ఎటువంటి పొందికైన భావజాలం లేదా కార్యక్రమాన్ని రూపొందించలేదు," తిరుగుబాటు ఈస్ట్ ఇండియా కంపెనీ పాలనను ముగించింది మరియు దారితీసింది బ్రిటిష్ వారు భారతదేశంలో తమ సంస్థపై పునరాలోచనలో పడ్డారు. కంపెనీ పాలన 1858లో కొత్త బ్రిటిష్ రాజ్‌లో బ్రిటీష్ క్రౌన్ ద్వారా ప్రత్యక్ష పాలనతో భర్తీ చేయబడింది, ఇది తదుపరి 90 సంవత్సరాల పాటు 1947 వరకు కొనసాగే పాలనా వ్యవస్థ.

బ్రిటీష్ విస్తరణ భారతదేశం లో

1 757, ప్లాసీలో బ్రిటీష్ విజయం కారణంగా, రాబర్ట్ క్లైవ్ నేతృత్వంలోని సైనిక దళం బెంగాల్ నవాబ్ సిరాజుద్దౌలా యొక్క దళాలను ఓడించింది, ఈస్ట్ ఇండియా కంపెనీ వ్యాపారుల సంఘం నుండి రాజకీయ సార్వభౌమాధికారాన్ని అమలు చేసే పాలకులుగా రూపాంతరం చెందింది. ఎక్కువగా తెలియని భూమి మరియు ప్రజలు. పది సంవత్సరాల లోపే, 1765లో, కంపెనీ బెంగాల్, బీహార్ మరియు ఒరిస్సాలలో మొఘల్ చక్రవర్తి తరపున ఆదాయాన్ని సేకరించే హక్కును లేదా బెంగాల్ దివానీని పొందింది.

ప్రారంభ సైనిక విజయాల తర్వాత బ్రిటీష్ పాలన యొక్క ఏకీకరణ వారెన్ హేస్టింగ్స్‌కు పడిపోయింది, మొఘల్ చక్రవర్తి ఇప్పటికీ కంపెనీ బాధ్యత వహించే సార్వభౌమాధికారి అనే కల్పనను తొలగించడానికి చాలా చేశాడు. హేస్టింగ్స్ బ్రిటీష్ వారికి భారతీయ చరిత్ర, సంస్కృతి మరియు సాంఘిక ఆచారాల గురించి మరింత పరిచయం చేయడానికి కూడా సిద్ధమయ్యాడు; కానీ అతను ఇంగ్లాండ్‌కు తిరిగి వచ్చిన తర్వాత, అతను అధిక నేరాలు మరియు దుష్ప్రవర్తనకు అభిశంసనకు గురయ్యాడు.

అతని అనేకమంది వారసులు, భారతదేశంలో బ్రిటిష్ భూభాగాలను విస్తరించాలనే ఆశయంతో తొలగించబడినప్పటికీ, పాలనా బాధ్యతను కూడా ఎదుర్కొన్నారు. బ్రిటీష్ పాలన కొంతవరకు, భారతీయులు నాగరికంగా ఉండాలని మరియు ఓరియంటల్ నిరంకుశత్వం మరియు అరాచకత్వం స్థానంలో బ్రిటీష్ పాలన విశ్వసనీయ న్యాయ వ్యవస్థ, న్యాయ పాలన మరియు 'న్యాయమైన ఆట' అనే భావనను ప్రవేశపెడుతుందనే వాదనల ద్వారా సమర్థించబడింది. ".

బ్రిటీష్ వారు అసహ్యకరమైనవిగా గుర్తించిన కొన్ని భారతీయ సామాజిక లేదా మతపరమైన పద్ధతులు 1829లో సతి వంటి నిషేధించబడ్డాయి, మరియు 'అభివృద్ధి' యొక్క నీతి బ్రిటిష్ సామాజిక విధానాలను నిర్దేశిస్తుందని చెప్పబడింది. 1840లు మరియు 1850లలో, డల్హౌసీ మరియు తరువాత కానింగ్ గవర్నర్-జనరల్‌షిప్‌లో, స్థానిక పాలకులు అవినీతిపరులు, అసమర్థులు మరియు వారి ప్రజల సంక్షేమం పట్ల ఉదాసీనతతో ఉదాసీనంగా ఉన్నారనే కారణంతో బ్రిటిష్ ఇండియాలో మరిన్ని భూభాగాలు విలీనం చేయబడ్డాయి. స్థానిక పాలకుడు సింహాసనానికి జీవసంబంధమైన మగ వారసుడిని ఉత్పత్తి చేయడంలో విఫలమైనందున, పాలకుడి మరణంతో ఈ

భూభాగం బ్రిటిష్ ఇండియాలోకి పోతుంది. సంబల్‌పూర్ (1849), బఘుత్ (1850), ఝాన్సీ (1853), నాగ్‌పూర్ (1854), మరియు అత్యంత విషాదకరమైనది-- ఔద్ (1856). ఔద్ నవాబ్ (అవధ్ అని కూడా పిలుస్తారు], వాజిద్ అలీ షా, ముఖ్యంగా ఓరియంటల్ డెస్పాట్ యొక్క చెత్త నమూనాగా బ్రిటీష్ వారిచే తిట్టబడ్డాడు, నాచ్ అమ్మాయిలపై ఎక్కువ ఆసక్తి, పనికిమాలిన వినోదాలు గాలిపటాలు ఎగురవేయడం, కాక్-ఫైటింగ్ మరియు ఇలాంటివి- మరియు గవర్నెన్స్ యొక్క కష్టమైన పనిలో కంటే పూర్తిగా ఉదాసీనత. బ్రిటీష్ వారు భారతదేశానికి అలాగే ఇతర యూరోపియన్లు వ్యాపారులుగా వచ్చారు, అయితే భారతదేశ రాష్ట్రాల మధ్య యుద్ధాలు మరియు వివాదాల తరచుదనం యొక్క అనవసరమైన ప్రయోజనాన్ని తీసుకొని, సామ్రాజ్య నిర్మాణ కలలను సాకారం చేసుకోవడానికి గణనాత్మక చర్యలు తీసుకున్నారు. ప్రారంభంలో, వారు భారతదేశంలో సామ్రాజ్యాలను నిర్మించాలని కలలుగన్న ప్రత్యర్థి యూరోపియన్ వ్యాపారులతో పోరాడవలసి వచ్చింది. ఆంగ్లో-ఫ్రెంచ్ యుద్ధాలలో, ఫ్రెంచ్ వారు రాష్ట్రాలపై వారి అధికారాన్ని తొలగించారు మరియు వారి కాలనీల నుండి స్థానభ్రంశం చెందారు. ఫ్రెంచ్ వారు అధీనంలోకి నెట్టబడ్డారు మరియు భారతదేశంలో బ్రిటిష్ వారి రక్షణలో జీవించేలా చేశారు. బ్రిటీష్ ఈస్ట్ ఇండియా కంపెనీ వ్యాపార ప్రయోజనాల కోసం స్థాపించబడిన ఫ్యాక్టరీ ప్రాంతాలను అంతకుముందు నిర్వహించినప్పటికీ, ప్లాసీ యుద్ధంలో దాని విజయం సాధారణంగా భారతదేశంలో దాని పాలనకు నాందిగా పరిగణించబడుతుంది. 1764లో బక్సర్ యుద్ధంలో (బీహార్‌లో) విజయం ఏకీకృతం చేయబడింది, దీనిలో మొఘల్ చక్రవర్తి, షా ఆలం II ఓడిపోయాడు మరియు కంపెనీకి బెంగాల్, బీహార్ మరియు ఒరిస్సాపై నియంత్రణను ఇచ్చాడు. కంపెనీ త్వరలో బొంబాయి మరియు మద్రాస్‌లోని తన స్థావరాలను విస్తరించింది: ఆంగ్లో-మైసూర్ యుద్ధాలు (1766-1799) మరియు ఆంగ్లో-మరాఠా యుద్ధాలు (1772-1818) నర్మదా నదికి దక్షిణాన ఉన్న భారతదేశంలోని చాలా ప్రాంతాలపై నియంత్రణను ఇచ్చాయి. 19వ శతాబ్దం ప్రారంభంలో, గవర్నర్ జనరల్ వెల్లెస్లీ రెండు దశాబ్దాల వేగవంతమైన విస్తరణను ప్రారంభించాడు. ఇది రెండు వేర్వేరు మార్గాల ద్వారా సాధించబడింది, మొదటిది బ్రిటీష్ మరియు స్థానిక పాలకుల మధ్య అనుబంధ పొత్తులను ఉపయోగించడం, దీని కింద పాలకుడు కంపెనీ సైన్యం నుండి రక్షణ కోసం కంపెనీకి విదేశీ వ్యవహారాలు, రక్షణ మరియు కమ్యూనికేషన్ల నియంత్రణను అప్పగించాడు; రెండవది మిలిటరీ ఆక్రమణ లేదా విలీనానికి సంబంధించినది,

అనుబంధిత ప్రాంతాలను కలిపి బ్రిటిష్ ఇండియాగా సూచిస్తారు. అనుబంధ పొత్తులు హిందూ మహారాజులు మరియు ముస్లిం నవాబుల యొక్క ప్రిన్స్లీ స్టేట్స్ (స్థానిక రాష్ట్రాలు) సృష్టించబడ్డాయి; వాటిలో: కొచ్చిన్ (1791), జైపూర్ (1794), ట్రావెన్‌కోర్ (1795), హైదరాబాద్ (1798), మైసూర్ (1799), ఒరిస్సా మరియు కటక్ (1804), కోల్హాపూర్ (1812), సట్లెజ్ హిల్ స్టేట్స్ (1815), బాస్టర్ (1818),
సెంట్రల్ ఇండియా ఏజెన్సీ (1819), కచ్ మరియు గుజరాత్ గైక్వాడ్ భూభాగాలు (1819), మరియు రాజస్థాన్ (1818). అనుబంధిత ప్రాంతాలలో ఉత్తర-పశ్చిమ ప్రావిన్స్‌లు (రోహిల్‌ఖండ్, గోరఖ్‌పూర్ మరియు దోయాబ్‌లతో కూడినవి) (1801), ఢిల్లీ (1803), సింధ్ (1843) మరియు పంజాబ్‌తో సహా వాయువ్య ఫ్రాంటియర్ ప్రావిన్స్ మరియు కాశ్మీర్, ఆంగ్లో-సిక్కు తర్వాత ఉన్నాయి. 1849లో యుద్ధాలు; అయితే, కాశ్మీర్ వెంటనే అమృత్‌సర్ ఒప్పందం (1850) ప్రకారం జమ్మూలోని డోగ్రా రాజవంశానికి విక్రయించబడింది మరియు తద్వారా రాచరిక రాష్ట్రంగా మారింది. 1854లో, బేరార్ రెండు సంవత్సరాల తర్వాత ఔద్ రాష్ట్రంగా విలీనం చేయబడింది. అంతకుముందు, 1772లో, వారెన్ హేస్టింగ్స్ కంపెనీ భారత భూభాగాలకు మొదటి గవర్నర్ జనరల్‌గా నియమితులయ్యారు. కంపెనీ సైన్యాన్ని వేగంగా విస్తరించడం అతని మొదటి ప్రయత్నాలలో ఒకటి. బెంగాల్ నుండి అందుబాటులో ఉన్న సైనికులు లేదా సిపాయ్‌లు-ప్లాసీ యుద్ధంలో బ్రిటిష్ వారికి వ్యతిరేకంగా పోరాడిన వారిలో చాలామంది- ఇప్పుడు బ్రిటీష్ దృష్టిలో అనుమానితులైనందున, హేస్టింగ్స్ ఔద్ మరియు బీహార్‌లోని ఉన్నత కులాల గ్రామీణ రాజ్‌పుత్‌లు మరియు బ్రాహ్మణుల నుండి పశ్చిమాన

నియమించబడ్డాడు. తదుపరి 75 సంవత్సరాల పాటు కొనసాగిన అభ్యాసం. ఏదేమైనప్పటికీ, ఏదైనా సామాజిక ఘర్షణను అరికట్టడానికి, కంపెనీ తన సైనిక పద్ధతులను వారి మతపరమైన ఆచారాల అవసరాలకు అనుగుణంగా మార్చుకోవడానికి కూడా కష్టపడింది. పర్యవసానంగా, ఈ సైనికులు ప్రత్యేక సౌకర్యాలలో భోజనం చేశారు; అదనంగా, వారి కులానికి కలుషితమని భావించే విదేశీ సేవ వారికి అవసరం లేదు మరియు సైన్యం త్వరలో హిందూ పండుగలను అధికారికంగా గుర్తించింది. "అయితే, అధిక కుల ఆచార హోదాను ప్రోత్సహించడం వలన, సిపాయిలు తమ అధికారాలను ఉల్లంఘించినట్లు గుర్తించినప్పుడల్లా ప్రభుత్వం నిరసనకు, తిరుగుబాటుకు కూడా అవకాశం కల్పించింది."

తిరుగుబాటు కారణాలు

1857 తిరుగుబాటు బ్రిటిష్ ప్రభుత్వానికి వ్యతిరేకంగా స్వాతంత్ర్యం కోసం మొదటి భారతీయ తిరుగుబాటు, ఆ సమయంలో సామ్రాజ్యవాదం కింద భారతదేశాన్ని వలసవాద యజమానిగా పరిపాలించింది. తిరుగుబాటుకు ప్రధాన కారణాలు ఆ సమయంలో బ్రిటిష్ ప్రభుత్వం యొక్క అన్యాయమైన దోపిడీ మరియు అణచివేత విధానాలు. ఇది భారతదేశంలో బ్రిటిష్ పాలన యొక్క పునాదులను కదిలించింది. బ్రిటిష్ చరిత్రకారులు దీనిని "సిపాయ్ తిరుగుబాటు' అని పిలుస్తారు. భారతీయ చరిత్రకారులు దీనిని "ది రివోల్ట్ ఆఫ్ 1857' అని పిలుస్తారు. 1857 నాటి భారతీయ తిరుగుబాటు రాజకీయ, ఆర్థిక, సైనిక, మత మరియు సామాజిక కారణాలను కలిగి ఉంది.

బెంగాల్ సైన్యానికి చెందిన సిపాయిలు కంపెనీ రాజ్‌పై వారి స్వంత ఫిర్యాదుల జాబితాను కలిగి ఉన్నారు, ప్రధానంగా బ్రిటిష్ అధికారులు మరియు వారి భారతీయ దళాల మధ్య జాతి అగాధం ఏర్పడింది. బ్రిటిష్ వారు కొత్త గన్‌పౌడర్ కాట్రిడ్జ్‌లను విడుదల చేశారు, వీటిని ఆవు లేదా పంది కొవ్వుతో గ్రీజు చేసినట్లు విస్తృతంగా విశ్వసించారు, ఇది హిందువులు మరియు ముస్లింలను అవమానపరిచింది. బ్రిటీష్ ఈస్ట్ ఇండియా కంపెనీ సైన్యంలోని భారతీయ యూనిట్లు కాకుండా, బ్రిటీష్ పాలనలో తమ శక్తి క్రమంగా క్షీణించడం చూస్తున్న పాత కులీనుల నుండి చాలా ప్రతిఘటన వచ్చింది.

కొంతమంది భారతీయులు బ్రిటిష్ వారు తమను బలవంతంగా లేదా మోసం ద్వారా (ఉదాహరణకు కులాన్ని కోల్పోయేలా చేయడం ద్వారా) క్రైస్తవ మతంలోకి మార్చాలని భావించారు. ఆ సమయంలో బ్రిటిష్ మతపరమైన ఫ్యాషన్ ఎవాంజెలిజం, మరియు చాలా మంది ఈస్ట్ ఇండియా కంపెనీ అధికారులు తమ సిపాయిలను మార్చడానికి ప్రయత్నించారు. మతం ఒక ఫ్లాష్‌పాయింట్‌గా మారే అవకాశం ఉందని తెలుసుకున్న కంపెనీ దీనిని గట్టిగా నిరుత్సాహపరిచింది. బ్రిటీష్ విస్తరణ విధానంలో భాగమైన డాక్ట్రిన్ ఆఫ్ లాప్స్ కూడా చాలా ఆగ్రహం చెందింది. ఒక భూస్వామ్య పాలకుడు సహజ ప్రక్రియ ద్వారా మగ వారసుడిని విడిచిపెట్టకపోతే, అంటే తన సొంత బిడ్డను, దత్తత తీసుకోకపోతే, ఆ భూమి బ్రిటిష్ ఈస్ట్ ఇండియా కంపెనీకి ఆస్తి అవుతుంది. ఎనిమిదేళ్లలో, అప్పటి భారత గవర్నర్ జనరల్ లార్డ్ డల్హౌసీ, ఝాన్సీ, ఔద్, సతారా,

నాగ్‌పూర్ మరియు సంబల్‌పూర్‌తో సహా అనేక రాజ్యాలను కలుపుకుని 650,000 చ.కి.మీ. కంపెనీ భూభాగానికి భూమి. ప్రభువులు, భూస్వామ్య భూస్వాములు మరియు రాజ సైన్యాలు తమను తాము కనుగొన్నారు. నిరుద్యోగి మరియు అవమానించబడ్డాడు. నాగ్‌పూర్ రాజకుటుంబానికి చెందిన ఆభరణాలు కూడా కలకత్తాలో బహిరంగంగా వేలం వేయబడ్డాయి, ఇది భారతీయ కులీనుల అవశేషాలచే అమితమైన అగౌరవానికి చిహ్నంగా పరిగణించబడింది. అదనంగా ఈస్టిండియా కంపెనీకి చెందిన బెంగాల్ సైన్యం ఔధ్ నుండి అనేక మందిని నియమించుకుంది; ఇంటికి తిరిగి వచ్చిన అసంతృప్తితో వారు ప్రభావితం కాకుండా ఉండలేరు.

భారతీయ సమాజంలో చారిత్రక సూక్ష్మబేధాలు లేకుండా విధించబడిన వేగవంతమైన విస్తరణ మరియు పాశ్చాత్యీకరణ ప్రాజెక్టును ప్రారంభించిన బ్రిటిష్ వారి క్రూరమైన పాలన పట్ల భారతీయులు అసంతృప్తి చెందారు. సతీదేవిని నిషేధించడం (వితంతువులను కాల్చివేయడం) మరియు బాల్యవివాహం వంటి బ్రిటీష్ వారు ప్రవేశపెట్టిన మార్పులు, భారతీయ మతపరమైన ఆచారాలపై నిషేధాలతో పాటు క్రైస్తవ మతంలోకి బలవంతంగా మార్చబడే దశలుగా పరిగణించబడ్డాయి.

న్యాయ వ్యవస్థ భారతీయులకు స్వాభావికంగా అన్యాయంగా పరిగణించబడింది. 1853లో, బ్రిటిష్ ప్రధాన మంత్రి లార్డ్ అబెర్డీన్ స్థానిక భారతీయులకు ఇండియన్ సివిల్ సర్వీస్‌ను ప్రారంభించారు; అయినప్పటికీ, విద్యావంతులైన భారతదేశంలోని కొందరు దీనిని తగినంత సంస్కరణగా భావించారు. అధికారిక బ్లూ బుక్స్-ఈస్ట్ ఇండియా (హింస) 1855- 1857- 1856 మరియు 1857 సెషన్స్‌లో హౌస్ ఆఫ్ కామన్స్ ముందు ఉంచబడ్డాయి, కంపెనీ అధికారులు క్రూరత్వం లేదా నేరాలకు పాల్పడినట్లు

నిర్ధారించబడితే లేదా ఆరోపించబడినట్లయితే, విస్తారమైన అప్పీళ్లను అనుమతించినట్లు వెల్లడించింది. భారతీయులు. కంపెనీ భారీ పన్నుల ద్వారా ఆర్థిక దోపిడీ కూడా చేసింది. ఈ పన్నులను చెల్లించడంలో వైఫల్యం దాదాపు స్థిరంగా ఆస్తిని స్వాధీనం చేసుకోవడానికి దారితీసింది. వీటి ప్రభావం ఉంటుందని కొందరు చరిత్రకారులు సూచించారు.

బ్రిటీష్ వారు చేయని విధంగా సంస్కరణలు చాలా అతిశయోక్తి చేయబడ్డాయి వాటిని అమలు చేయడానికి వనరులు ఉన్నాయి, అంటే కలకత్తా నుండి దూరంగా వాటి ప్రభావం చాలా తక్కువగా ఉంది. ఇది 1857 తర్వాత బ్రిటిష్ వారు తీసుకున్న అభిప్రాయం కాదు, బదులుగా వారు తమ సంస్కరణల కార్యక్రమాన్ని తగ్గించారు, యూరోపియన్లు మరియు స్థానిక భారతీయుల మధ్య జాతి దూరాన్ని పెంచారు మరియు ప్రధాన ప్రేరేపకులుగా ఉన్న పెద్దలు మరియు రాచరిక కుటుంబాలను, ముఖ్యంగా ముస్లింలను శాంతింపజేయడానికి ప్రయత్నించారు. 1857 తిరుగుబాటు. 1857 తర్వాత, జమీందారీ (ప్రాంతీయ భూస్వామ్య అధికారులు) మరింత అణచివేతకు గురయ్యారు, కుల వ్యవస్థ మరింత స్పష్టంగా కనిపించింది మరియు హిందువులు మరియు ముస్లింల మధ్య మతపరమైన విభజన గుర్తించబడింది మరియు స్పష్టంగా కనిపించింది, ఇది బ్రిటీష్ విభజించి పాలించే వ్యూహం కారణంగా కొంతమంది చరిత్రకారులు వాదించారు. .

తిరుగుబాటుకు మరో ముఖ్యమైన కారణం మొఘల్ చక్రవర్తి బహదూర్ షా జాఫర్ పట్ల వైఖరి. ఆ సమయంలో భారత గవర్నర్ జనరల్ లార్డ్ డల్హౌసీ చక్రవర్తిని మరియు అతని వారసులను ఢిల్లీలోని రాజభవనం అయిన ఎర్రకోటను విడిచిపెట్టమని చెప్పి అవమానించాడు. తరువాత, భారతదేశపు తదుపరి గవర్నర్ జనరల్ లార్డ్ కానింగ్, 1856లో బహదూర్ షా వారసులు రాజు బిరుదును కూడా ఉపయోగించకూడదని ప్రకటించారు. ఇటువంటి దురలవాట్లను చాలా మంది ప్రజలు మరియు భారత పాలకులు ఆగ్రహం వ్యక్తం చేశారు.

బ్రిటిష్ వారి సామాజిక సంస్కరణల కారణంగా కోపం

మెజారిటీ భారతీయులు బ్రిటీష్ పాలన పట్ల అసంతృప్తితో ఉన్నారు మరియు పాశ్చాత్యీకరణ యొక్క ఒక ప్రాజెక్ట్ జరుగుతోందని గ్రహించారు, వారు ఎంత మంచి ఉద్దేశ్యంతో ఉన్నప్పటికీ, భారతీయ సంప్రదాయం లేదా సంస్కృతికి ఎటువంటి సంబంధం లేకుండా విధించబడ్డారని వారు విశ్వసించారు. సతీ నిషేధం మరియు బాల్య వివాహాలు, క్రైస్తవ మతం యొక్క విధింపునకు పూర్వగామిగా కొంతమందికి కనిపించడం కూడా తిరుగుబాటుకు ఒక కారణంగా ముందుకు వచ్చింది.

ఎకనామిక్స్

బ్రిటీష్ ఈస్ట్ ఇండియా కంపెనీ ఒక భారీ ఎగుమతి కంపెనీ, ఇది భారతదేశంలోని చాలా వలసరాజ్యాల వెనుక ఉన్న శక్తి. కంపెనీ యొక్క శక్తి నిర్మాణానికి దాదాపు 150 సంవత్సరాలు పట్టింది. 1693 నాటికి, అధికారంలో ఉన్న పురుషులకు రాజకీయ 'బహుమతుల'లో వార్షిక వ్యయం దాదాపు 90,000 పౌండ్లకు చేరుకుంది. ప్రభుత్వానికి లంచం ఇవ్వడంలో, దక్షిణాసియా పట్టు, పత్తి మరియు ఇతర ఉత్పత్తుల చౌక దిగుమతులు దేశీయ వ్యాపారాన్ని దెబ్బతీసినప్పటికీ, కంపెనీ విదేశీ మార్కెట్లలో కార్యకలాపాలు నిర్వహించేందుకు అనుమతించబడింది. 1767 నాటికి, కంపెనీ ఏటా 400,000 పౌండ్లను జాతీయ ఖజానాకు చెల్లించాలని ఒప్పందం కుదుర్చుకుంది.

అయితే, 1848 నాటికి, కంపెనీ ఆర్థిక ఇబ్బందులు ఒక స్థాయికి చేరుకున్నాయి, ఆదాయాన్ని విస్తరించడానికి దక్షిణాసియాలో బ్రిటిష్ భూభాగాలను భారీగా విస్తరించాల్సిన అవసరం ఉంది. కంపెనీ స్థానిక యువరాజుల దత్తత హక్కులను పక్కన పెట్టడం ప్రారంభించింది మరియు 1848 మరియు 1854 మధ్యకాలంలో డజనుకు పైగా స్వతంత్ర రాజాల్ని స్వాధీనం చేసుకునే ప్రక్రియను ప్రారంభించింది.

1857 నాటికి, స్వతంత్ర భారత రాష్ట్రాల చివరి అవశేషాలు కనుమరుగయ్యాయి మరియు కంపెనీ ప్రతి సంవత్సరం ఇంగ్లండ్‌కు తిరిగి ఎగుమతి చేసే బంగారం, ఆభరణాలు, వెండి, పట్టు, పత్తి మరియు ఇతర విలువైన వస్తువులను

లెక్కించలేని పరిమాణంలో ఎగుమతి చేసింది. బ్రిటన్‌లో ప్రభుత్వ మరియు ప్రైవేట్ మౌలిక సదుపాయాలను విస్తరించడంలో మరియు ఆసియా మరియు ఆఫ్రికాలో ఇతర ప్రాంతాలలో బ్రిటీష్ విస్తరణకు ఆర్థిక సహాయం చేయడంలో ఈ అసాధారణమైన సంపద, చాలా వరకు 'పన్నులు'గా సేకరించబడింది. ఎటువంటి అనిశ్చిత పరంగా, ఈ సంపద చాలా భాగం పారిశ్రామిక విప్లవానికి నిధులు సమకూర్చింది.

పన్నుల వసూళ్లను సులభతరం చేసేందుకు భూమిని తులనాత్మకంగా కఠినమైన జమీందారీ విధానంలో పునర్వ్యవస్థీకరించారు. కొన్ని ప్రాంతాలలో రైతులు జీవనాధారమైన వ్యవసాయం నుండి నీలిమందు, జనపనార, కాఫీ మరియు టీ వంటి వాణిజ్య పంటలకు మారవలసి వచ్చింది. దీంతో రైతులు తీవ్ర ఇబ్బందులు పడటంతో పాటు ఆహార ధరలు కూడా పెరిగాయి.

స్థానిక పరిశ్రమ, ప్రత్యేకంగా బెంగాల్ మరియు ఇతర ప్రాంతాలలోని ప్రసిద్ధ నేత కార్మికులు కూడా బ్రిటిష్ పాలనలో నష్టపోయారు. సాంప్రదాయ బ్రిటీష్ ఫ్రీ-మార్కెట్ సెంటిమెంట్ల ప్రకారం దిగుమతి సుంకాలు తక్కువగా ఉంచబడ్డాయి మరియు తద్వారా భారతీయ మార్కెట్ బ్రిటన్ నుండి చౌకైన దుస్తులతో నిండిపోయింది. స్వదేశీ పరిశ్రమ కేవలం పోటీపడలేకపోయింది, మరియు

ఒకప్పుడు భారతదేశం ఇంగ్లండ్ యొక్క విలాసవంతమైన వస్త్రాన్ని ఉత్పత్తి చేసిన చోట, దేశం ఇప్పుడు అభివృద్ధి చెందుతోంది.

బట్టల తయారీకి బ్రిటన్‌కు రవాణా చేయబడిన పత్తి, భారతీయులు కొనుగోలు చేయడానికి భారతదేశానికి తిరిగి రవాణా చేయబడింది.

బ్రిటిష్ వారు స్థానికులపై చాలా భారీ పన్నులు విధిస్తున్నారని భారతీయులు భావించారు. ఇందులో భూమిపై పన్నుల పెంపు కూడా ఉంది. రైతులు తమ అన్యాయంగా లాక్కున్న పట్టా పత్రాలను వెనక్కి తీసుకోవాలంటూ హడావుడి చేసిన గ్రామాలకు మంటలు వ్యాపించే వేగాన్ని దృష్టిలో ఉంచుకుని, ఇది చాలా ముఖ్యమైన కారణంగా కనిపిస్తోంది.

సిపాయిలు

బ్రిటీష్ భూభాగాన్ని ఏకీకృతం చేయడానికి మరియు నియంత్రించడానికి, ఈస్ట్ ఇండియా కంపెనీ 257,000 మంది సిపాయిల (స్థానిక భారతీయ సైనికులు, అశ్వికదళ విభాగాలలో సావర్స్ అని పిలుస్తారు) బాగా స్థిరపడిన సైన్యాన్ని నిర్వహించింది, ఇది అడిస్కోంబ్‌లోని ఈస్ట్ ఇండియా కంపెనీ కాలేజీలో శిక్షణ పొందిన 40,000 మంది బ్రిటిష్ అధికారులచే నిర్వహించబడింది. ఇంగ్లాండ్‌లో కంపెనీ స్వంత సైనిక పాఠశాల. బొంబాయి, మద్రాస్ మరియు బెంగాల్

ప్రెసిడెన్సీలు తమ సొంత సైన్యాన్ని దాని స్వంత కమాండర్-ఇన్-చీఫ్‌తో నిర్వహించాయి. కలిసి, వారు బ్రిటిష్ సామ్రాజ్యం యొక్క అధికారిక సైన్యం కంటే ఎక్కువ మంది సైనికులను రంగంలోకి దించారు.

బొంబాయి మరియు మద్రాసు సైన్యాలు చాలా వైవిధ్యభరితంగా ఉండేవి కాకుండా, బెంగాల్ సైన్యం తన సాధారణ సైనికులను గంగా లోయలోని భూమిహార్ బ్రాహ్మణులు మరియు రాజ్‌పుత్‌లలో దాదాపుగా నియమించుకుంది. పాక్షికంగా దీని కారణంగా, బెంగాల్ సిపాయిలు బ్రిటీష్ సైనికుల వలె కొరడా దెబ్బల శిక్షకు గురికాలేదు. బెంగాల్ సైన్యంలోని కుల హక్కులు మరియు ఆచారాలు కంపెనీ పాలన ప్రారంభ సంవత్సరాల్లో కేవలం సహించబడలేదు కానీ ప్రోత్సహించబడ్డాయి. దీనర్థం, 1840ల నుండి కలకత్తాలో పాలనలను ఆధునీకరించడం ద్వారా వారు బెదిరింపులకు గురైనప్పుడు, సిపాయిలు చాలా ఉన్నతమైన ఆచార హోదాకు అలవాటు పడ్డారు మరియు వారి కులాన్ని కలుషితం చేసే సూచనలకు చాలా సున్నితంగా ఉంటారు.

1806లోనే, ఈ ఆందోళనలు వేలూరు తిరుగుబాటుకు దారితీశాయి, అది క్రూరంగా అణచివేయబడింది. 1824లో, మొదటి ఆంగ్లో-బర్మీస్ యుద్ధంలో ఒక రెజిమెంట్ ద్వారా మరొక తిరుగుబాటు జరిగింది, వారు వ్యక్తిగత వంట పాత్రలను తీసుకువెళ్లడానికి రవాణాను నిరాకరించారు మరియు మతపరమైన కుండలను పంచుకోమని చెప్పారు. పదకొండు మంది సిపాయిలు ఉరితీయబడ్డారు మరియు వందల మందికి కఠిన శ్రమ శిక్ష విధించబడింది. 1851-52లో రెండవ ఆంగ్లో-బర్మీస్ యుద్ధంలో సేవ చేయాల్సిన సిపాయిలు కూడా తరలించడానికి నిరాకరించారు, కానీ కేవలం వేరే చోట సేవ చేయడానికి పంపబడ్డారు. సిపాయిలు కొన్నిసార్లు తమ కులానికి వెలుపల పనులు పూర్తి చేయమని అడిగినప్పుడు తీవ్ర స్థాయిలో బాధపడేవారు.

సిపాయిలు సైనిక జీవితంలోని అనేక ఇతర అంశాలతో క్రమంగా అసంతృప్తి చెందారు. వారి జీతం చాలా తక్కువగా ఉంది మరియు ఔద్ మరియు పంజాబ్‌లను స్వాధీనం చేసుకున్న తర్వాత, సైనికులు ఇకపై అక్కడ సేవ కోసం అదనపు జీతం (భట్టా) పొందలేదు, ఎందుకంటే వారు ఇకపై 'విదేశీ మిషన్లు'గా పరిగణించబడరు. చివరగా, కంపెనీ సైన్యంలోని సువార్త ఒప్పందానికి చెందిన అధికారులు (34వ బెంగాల్ పదాతి దళానికి చెందిన హెర్బర్ట్ ఎడ్వర్డ్స్ మరియు కల్నల్ S.G. వీలర్ వంటివారు) తమ సిపాయిలను క్రైస్తవ మతంలోకి మార్చాలనే ఆశతో వారికి బోధించారు.కొత్త ఎన్‌ఫీల్డ్

రైఫిల్‌పై వివాదం, అనేక మంది సిపాయిల దృష్టిలో, పదార్థాన్ని జోడించింది. క్రైస్తవ మతంలోకి వారి బలవంతపు మార్పిడి గురించి భయంకరమైన పుకార్లు వ్యాపించాయి. 1857లో, బెంగాల్ సైన్యంలో భారత అశ్వికదళానికి చెందిన 10 రెజిమెంట్లు మరియు 74 పదాతిదళాలు ఉన్నాయి. అన్ని అశ్విక దళ యూనిట్లు మరియు 45 పదాతి దళాలు ఏదో ఒక సమయంలో తిరుగుబాటు చేశాయి; మరియు తిరుగుబాటు చేయని 5 పదాతిదళ యూనిట్లు మినహా (లేదా వారు అలా చేయడానికి ముందే నిరాయుధీకరించబడ్డారు) రద్దు చేయవలసి వచ్చింది. మొదటి తిరుగుబాట్లు జరిగిన తర్వాత, చాలా మంది బ్రిటీష్ కమాండర్‌లకు, బెంగాల్ సైన్యం అంతటా వారికి దారితీసిన మనోవేదనలు ఉన్నాయని మరియు ఏ భారతీయ విభాగాన్ని పూర్తిగా విశ్వసించలేమని స్పష్టంగా ఉంది, అయినప్పటికీ చాలా మంది అధికారులు తమ పురుషుల విధేయతకు హామీ ఇస్తూనే ఉన్నారు. తిరుగుబాటు చేయాలనే ఉద్దేశ్యాన్ని సూచిస్తూ సంగ్రహించిన కరస్పాండెన్స్ యొక్క ముఖం. యూనిట్ తిరుగుబాటు చేసిందా లేదా అనేది ప్రధానంగా అవకాశంపై ఆధారపడి ఉంటుంది.

బెంగాల్ సైన్యం కూడా కొన్నిసార్లు వదులుగా, 29 రెజిమెంట్ల సక్రమంగా లేని గుర్రాలు మరియు 42 క్రమరహిత పదాతిదళాలను నిర్వహించింది. ఈ యూనిట్లలో కొన్ని బ్రిటీష్ వారికి అనుబంధంగా ఉన్న రాష్ట్రాలకు చెందినవి లేదా ఇటీవల బ్రిటీష్-పరిపాలన భూభాగంలోకి విలీనం చేయబడ్డాయి మరియు వీటిలో, ఔద్ మరియు గ్వాలియర్ రాష్ట్రాల నుండి రెండు పెద్ద బృందాలు పెరుగుతున్న తిరుగుబాటులో తక్షణమే చేరాయి. స్థానికంగా ఆర్డర్‌ను నిర్వహించడానికి అస్సామీ లేదా పఖ్తూన్‌ల వంటి కమ్యూనిటీల నుండి సరిహద్దు ప్రాంతాల్లో ఇతర సక్రమంగా లేని యూనిట్‌లను పెంచారు. వీరిలో కొందరు తిరుగుబాటులో పాల్గొన్నారు మరియు ప్రత్యేకంగా ఒక బృందం (ఇటీవల పెరిగిన పంజాబ్ అక్రమ దళం) బ్రిటిష్ వైపు చురుకుగా పాల్గొన్నారు.

బెంగాల్ సైన్యంలో పదాతిదళానికి చెందిన మూడు 'యూరోపియన్' రెజిమెంట్లు మరియు శ్వేతజాతీయులు నిర్వహించే అనేక ఆర్టిలరీ యూనిట్లు కూడా ఉన్నాయి. సాంకేతిక నిపుణుల అవసరం కారణంగా, ఆర్టిలరీ యూనిట్లు సాధారణంగా బ్రిటిష్ సిబ్బందిని ఎక్కువగా కలిగి ఉంటాయి. తిరుగుబాటు చేసిన అనేక రాజులు లేదా రాష్ట్రాల సైన్యాలు పెద్ద సంఖ్యలో తుపాకులను కలిగి ఉన్నప్పటికీ, ఫిరంగిదళంలో బ్రిటిష్ ఆధిపత్యం అనేక నిశ్చితార్థాలలో నిర్ణయాత్మకంగా ఉండాలి.

భారతదేశంలో బ్రిటీష్ ఆర్మీ (క్వీన్స్ ట్రూప్స్) నుండి అనేక యూనిట్లు కూడా ఉన్నాయి, అయితే 1857లో వీటిలో అనేకం క్రిమియన్ యుద్ధం లేదా 1856 ఆంగ్లో-పర్షియన్ యుద్ధంలో పాల్గొనడానికి ఉపసంహరించబడ్డాయి. సిపాయిలు ఏ క్షణంలో బ్రిటీష్ అధికారాన్ని ధిక్కరించడానికి మనోవేదనలు వారిని బహిరంగంగా నడిపించాయి కూడా అలా చేయడానికి అత్యంత అనుకూలమైన అవకాశంగా మారింది.

ఎన్ఫీల్డ్ రైఫిల్ & కార్ట్రిడ్జ్

తిరుగుబాటు, వాచ్యంగా, తుపాకీతో ప్రారంభమైంది. భారతదేశం అంతటా సిపాయిలకు కొత్త రైఫిల్ జారీ చేయబడింది, ప్యాటర్న్ 1853 ఎన్ఫీల్డ్ రైఫిల్ మస్కెట్-వారు గత దశాబ్దాలుగా ఉపయోగిస్తున్న పాత మృదువైన బోర్ బ్రౌన్ బెస్ కంటే మరింత శక్తివంతమైన మరియు ఖచ్చితమైన ఆయుధం. మస్కెట్ బారెల్ లోపల ఉన్న రైఫిలింగ్ పాత మస్కెట్లతో సాధ్యమయ్యే దానికంటే చాలా ఎక్కువ దూరం వద్ద ఖచ్చితత్వాన్ని నిర్ధారిస్తుంది. ఈ కొత్త ఆయుధంలో లోడింగ్ ప్రక్రియలో ఒక విషయం మారలేదు, ఇది కొన్ని దశాబ్దాల తర్వాత బ్రీచ్ లోడర్లు మరియు మెటాలిక్, వన్-పీస్ కాట్రిడ్జ్లను ప్రవేశపెట్టే వరకు గణనీయంగా మెరుగుపడలేదు.

పాత మస్కెట్ మరియు కొత్త రైఫిల్ రెండింటినీ లోడ్ చేయడానికి, సైనికులు గుళికను తెరిచి, దానిలో ఉన్న గన్పౌడర్ను రైఫిల్ మూతిలో పోయవలసి ఉంటుంది, ఆపై కాట్రిడ్జ్ కేస్ను నింపాలి, ఇది సాధారణంగా వాటర్ప్రూఫ్ చేయడానికి ఒక రకమైన గ్రీజుతో పూసిన కాగితం, మస్కెట్లోకి వాడ్డింగ్గా, బంతితో దానిని లోడ్ చేసే ముందు.

ఈ రైఫిల్తో ప్రామాణిక సమస్యగా ఉన్న కాట్రిడ్జ్లపై పందికొవ్వు (పంది కొవ్వు) పూయబడిందని నమ్ముతారు, దీనిని ముస్లింలు అపవిత్రంగా భావించేవారు లేదా హిందువులకు పవిత్రంగా భావించే టాలో (గొడ్డు మాంసం కొవ్వు). ఆవు మాంసం తిన్న హిందువు నష్టపోతాడు

కులం, ప్రస్తుత జీవితంలో మరియు తదుపరి జీవితంలో భయంకరమైన పరిణామాలతో. సిపాయిల బ్రిటీష్ అధికారులు ఈ వాదనలను పుకార్లు అని కొట్టిపారేశారు మరియు సిపాయిలు తాజా కాట్రిడ్జ్‌ల బ్యాచ్‌ని తయారు చేసి, తేనెటీగ లేదా మటన్ కొవ్వుతో గ్రీజు వేయాలని సూచించారు. అసలు ఇష్యూ కాట్రిడ్జ్‌లు నిజానికి పందికొవ్వు మరియు టాలోతో గ్రీజు చేయబడతాయనే నమ్మకాన్ని ఇది బలపరిచింది.

వారు ముందుకు తెచ్చిన మరొక సూచన ఏమిటంటే, కొత్త డ్రిల్‌ను ప్రవేశపెట్టడం, దీనిలో గుళికను పళ్ళతో కొరుకలేదు, కానీ చేతితో తెరిచింది. 19వ శతాబ్దపు బ్రిటీష్ దళాలు నిమిషానికి మూడు నుండి నాలుగు రౌండ్లు కాల్పులు జరపడానికి అనుమతించిన విస్తృతమైన డ్రిల్లింగ్‌ను చూసి ఆశ్చర్యపోనవసరం లేదని, సిపాయిలు దీనిని తిరస్కరించారు. లోడ్ చేసే విధానంలో అంతర్భాగంగా గుళిక నుండి బుల్లెట్‌ను కొరుకుతుంది, తద్వారా ఒక చేత్తో మస్కెట్‌ను నిలకడగా పట్టుకోవచ్చు, మరోవైపు పౌడర్‌ను బ్యారెల్‌లోకి పోస్తారు. దీనర్థం ఏమిటంటే, సిపాయిలకు మస్కెట్ కాట్రిడ్జ్‌ను కొరికే రెండవ స్వభావం, వీరిలో కొందరు కంపెనీ సైన్యంలో దశాబ్దాలుగా సేవ చేసినవారు మరియు వారి సేవలో ప్రతిరోజూ మస్కెట్ డ్రిల్ చేస్తున్నారు.

భారతదేశంలోని కమాండర్ ఇన్ చీఫ్, జనరల్ జార్జ్ అన్సన్ ఈ సంక్షోభంపై ప్రతిస్పందిస్తూ, "నేను వారి మృగపూరిత పక్షపాతాలకు ఎప్పటికీ తలొగ్గను" అని చెప్పాడు, మరియు అతని జూనియర్ అధికారుల విజ్ఞప్తులు ఉన్నప్పటికీ అతను రాజీపడలేదు

ప్రవచనాలు, శకునాలు మరియు సంకేతాలు

వందేళ్ల తర్వాత కంపెనీ పాలన ముగుస్తుందన్న పాత జోస్యం ప్రచారంలో ఉన్న మరో పుకారు. భారతదేశంలో వారి పాలన 1757లో ప్లాసీ యుద్ధంతో ప్రారంభమైంది. "సబ్ లాల్ హో గయా హై" అనే ప్రసిద్ధ పంక్తిని ఉటంకిస్తూ చపాతీలు మరియు లోటస్ ఫ్లవర్స్ భారతదేశంలోని పెద్ద ప్రాంతాల చుట్టూ వ్యాపించాయి. (ప్రతిదీ ఎర్రగా మారింది.), ప్రవచనానికి చిహ్నంగా మరియు రాబోయే తిరుగుబాటుకు సంకేతంగా పట్టణం నుండి పట్టణానికి మరియు గ్రామం నుండి గ్రామానికి ప్రజలు చుట్టుముట్టారు.

బ్రిటీష్ వారు సిపాయిల పిండిని పంది మరియు ఆవు ఎముకలతో కలుషితం చేశారనే పుకారు కూడా ఉంది.

తిరుగుబాటు ప్రారంభం

అసలైన తిరుగుబాటుకు ముందు ప్రతి నెలా పెరుగుతున్న ఉద్రిక్తత మరియు తాపజనక సంఘటనలు. 1857 జనవరి 24న కలకత్తా సమీపంలో మంటలు చెలరేగాయి. ఫిబ్రవరి 26, 1857న 19వ బెంగాల్ స్థానిక పదాతిదళం (BNI) రెజిమెంట్ కొత్త కాట్రిడ్జ్‌ల గురించి తెలుసుకుని వాటిని ఉపయోగించడానికి నిరాకరించింది. వారి కల్నల్ కవాతు మైదానంలో ఫిరంగిదళం మరియు అశ్వికదళంతో కోపంగా వారిని ఎదుర్కొన్నాడు, అయితే ఫిరంగిని ఉపసంహరించుకోవాలని మరియు మరుసటి ఉదయం కవాతును రద్దు చేయాలనే వారి డిమాండ్‌ను అంగీకరించాడు. సిపాయిల తిరుగుబాటులో పాల్గొన్న ప్రముఖులు:

మంగళ్ పాండే

మంగళ్ పాండే (జూలై 19, 1827-ఏప్రిల్ 1857) ఇంగ్లీష్ ఈస్ట్ ఇండియాలోని బెంగాల్ స్థానిక పదాతిదళం (BNI) 34వ రెజిమెంట్‌లో సిపాయి. కంపెనీ. పాండే బల్లియా (ఉత్తర ప్రదేశ్) జిల్లాలోని నగ్వా గ్రామంలో జన్మించాడు. నగ్వా గ్రామంలోని కుటుంబాలు పేర్కొంటున్నాయి. మంగళ్ పాండే వారి మొదటి పూర్వీకుడు మరియు వారి కుటుంబ వంశాన్ని గుర్తించడం

అతనిని. అతని ఖచ్చితమైన జన్మస్థలంపై కొంత వివాదం ఉంది. ఫైజాబాద్ జిల్లా అక్బర్‌పూర్ తహసీల్‌లోని సుర్హుపూర్ గ్రామానికి చెందిన దివాకర్ పాండేకు మంగళ్ పాండే భూమిహార్ బ్రాహ్మణ కుటుంబంలో జన్మించాడని ఒక కథనం పేర్కొంది. ఈ కథనం ప్రకారం అతను 22 సంవత్సరాల వయస్సులో 1849లో ఇంగ్లీష్ ఈస్ట్ ఇండియా కంపెనీ దళాలలో చేరాడు. పాండే 34వ B.N.I యొక్క 5వ కంపెనీలో భాగం. రెజిమెంట్

మరియు 1857 నాటి సిపాయిల తిరుగుబాటు లేదా భారత స్వాతంత్ర్య మొదటి సంగ్రామం అని పిలవబడే మొదటి చర్య అయిన ఒక సంఘటనలో ఆ రెజిమెంట్ అధికారులపై దాడి చేసినందుకు ప్రధానంగా ప్రసిద్ధి చెందింది. మంగళ్ పాండే భక్తుడైన హిందువు మరియు అతను తన మతాన్ని శ్రద్ధగా ఆచరించాడు.

మార్చి 29, 1857న కలకత్తాకు సమీపంలోని బరాక్‌పూర్ (ప్రస్తుతం బరాక్‌పర్) వద్ద, మధ్యాహ్నం, 34వ స్థానిక పదాతిదళం యొక్క అడ్జటెంట్ లెఫ్టినెంట్ బాగ్, అతని రెజిమెంట్‌లోని చాలా మంది పురుషులు ఉత్సాహంగా ఉన్నారని సమాచారం. ఇంకా, వారిలో ఒకరైన మంగళ్ పాండే పరేడ్ గ్రౌండ్‌లోని రెజిమెంట్ బ్యారక్‌ల ముందు, లోడ్ చేసిన మస్కెట్‌తో ఆయుధాలు ధరించి, తిరుగుబాటు చేయమని పురుషులను పిలిచి, అతను తన దృష్టిని పెట్టిన మొదటి యూరోపియన్‌ను కాల్చివేస్తానని బెదిరించాడు. . బాగ్ వెంటనే తన కత్తిని కట్టి, తన హోల్‌స్టర్‌లలో లోడ్ చేసిన పిస్టల్స్‌ను ఉంచాడు, తన గుర్రాన్ని ఎక్కాడు మరియు లైన్‌లకు దూసుకుపోయాడు.

సమీపిస్తున్న గుర్రం డెక్క చప్పుడు విన్న పాండే, 34 మంది క్వార్టర్-గార్డ్ ముందు ఉన్న స్టేషన్ గన్ వెనుక స్థానం తీసుకున్నాడు, బాగ్‌పై గురిపెట్టి కాల్పులు జరిపాడు. అతను బాగ్‌ని తప్పిపోయాడు, కానీ బుల్లెట్ అతని గుర్రాన్ని పార్శ్వంలో తాకింది మరియు గుర్రం మరియు రైడర్ ఇద్దరూ కిందకి దింపబడ్డారు. బాగ్ త్వరగా తనను తాను విడదీసుకుని, అతని పిస్టల్‌లో ఒకదాన్ని స్వాధీనం చేసుకుని, పాండే వైపుకు వెళ్లి కాల్పులు జరిపాడు. అతను తప్పుకున్నాడు. బాగ్ తన కత్తిని తీయకముందే, పాండే అతనిని ఫలూర్ (కత్తి)తో దాడి చేసి, సహాయకుడితో మూసివేసి, అతని భుజం మరియు మెడపై నరికి నేలపైకి తీసుకువచ్చాడు. ఆ సమయంలోనే మరో సిపాయి షేక్ పాల్టు జోక్యం చేసుకుని పాండే తన మస్కట్‌ను మళ్లీ లోడ్ చేసేందుకు ప్రయత్నించగా అతడిని అడ్డుకునేందుకు ప్రయత్నించాడు. ఇంగ్లీష్ సార్జెంట్-మేజర్, హ్యూసన్, అక్కడికి చేరుకున్నాడు

గ్రౌండ్, బాగ్‌కు ముందు ఒక స్థానిక అధికారిచే సమన్ చేయబడింది. అతను కలిగి మంగళ్ పాండేని అరెస్టు చేయమని క్వార్టర్ గార్డ్‌లోని జెమాదార్‌ని ఆదేశించాడు. దీనికి, తాను పాండేను ఒంటరిగా తీసుకోలేనని జెమాదార్ వెల్లడించాడు. ఈ సమయంలో, హెవ్సన్ లోడ్ చేయబడిన ఆయుధాలతో అతని రక్షణలో పడమని ఆదేశించాడు. ఇంతలో, బాగ్ మైదానంలోకి వచ్చి "అతను ఎక్కడ ఉన్నాడు? అతను ఎక్కడ ఉన్నాడు?" హ్యూసన్ బాగ్‌ని పిలిచాడు, 'కుడివైపుకు వెళ్లండి, సార్, మీ జీవితం కోసం.

సిపాయి మీపై కాల్పులు జరుపుతారు!" ఆ సమయంలో పాండే ఫైర్ అయ్యాడు, చివరి పేరాలో వివరించిన పరిణామాలతో. లెఫ్టినెంట్ బాగ్‌తో పోరాడుతున్న పాండేపై హ్యూసన్ ఆవేశపడ్డాడు. అప్పుడు అతను పాండేతో యుద్ధంలో పడ్డాడు మరియు పాండే యొక్క మస్కెట్ నుండి ఒక దెబ్బతో వెనుక నుండి నేలపై పడగొట్టబడ్డాడు. కాల్పుల శబ్దం బ్యారక్స్ నుండి ఇతర సిపాయిలను తీసుకువచ్చింది; వారు మూగ ప్రేక్షకులుగానే ఉండిపోయారు. ఈ సమయంలో, షేక్ పాల్టు, ఇద్దరు ఆంగ్లేయులను రక్షించడానికి ప్రయత్నిస్తున్నప్పుడు అతనికి సహాయం చేయమని ఇతర సిపాయిలను పిలిచాడు. అతని వీపుపై రాళ్లు మరియు బూట్లు విసిరిన ఇతర సిపాయిలచే దాడి చేయబడ్డాడు, అతను పాండేని పట్టుకోవడానికి సహాయం చేయమని గార్డును పిలిచాడు, కాని వారు పాండేని వదలకపోతే కాల్చివేస్తామని బెదిరించారు. దళంలోని జెమాదార్ ఆదేశానుసారం, ఈశ్వరీ ప్రసాద్ అనే వ్యక్తి, సిపాయిలు ముందుకు వచ్చి ఇద్దరు సాష్టాంగ అధికారులపై కొట్టారు. అప్పుడు వారు షేక్ పాల్టును బెదిరించారు మరియు పాండేను విడిచిపెట్టమని ఆదేశించారు, అతను అడ్డుకోవడానికి ప్రయత్నించాడు. అయినప్పటికీ, బాగ్ మరియు సార్జెంట్-మేజర్ పైకి లేవడానికి సమయం దొరికే వరకు పాల్టు పాండేని పట్టుకోవడం కొనసాగించాడు. ఈలోగా గాయపడ్డాడు, పల్టు తన పట్టును సడలించవలసి వచ్చింది. అతను ఒక దిశలో మరియు బాగ్ మరియు హ్యూసన్ మరొక దిశలో వెనుదిరిగాడు, కాపలాదారుల మస్కెట్ల బట్ చివరలతో కొట్టబడ్డాడు. ఈలోగా, సంఘటన నివేదికను కమాండింగ్ ఆఫీసర్ జనరల్ హియర్సేకి అందించారు, అతను తన ఇద్దరు కుమారులతో కలిసి నేలపైకి దూసుకెళ్లాడు. సన్నివేశాన్ని తీసుకొని, అతను గార్డు వద్దకు వెళ్లి, తన పిస్టల్‌ని తీసి, మంగళ్ పాండేని స్వాధీనం చేసుకోవడం ద్వారా వారి డ్యూటీని చేయమని ఆదేశించాడు. అవిధేయత చూపిన మొదటి వ్యక్తిని కాల్చివేస్తానని జనరల్ బెదిరించాడు. గార్డులోని మనుషులు పడిపోయారు మరియు పాండే ఇంకా గొణుగుతూ, ఆవేశంగా ఉన్న దిశలో హియర్సీని అనుసరించారు, పాండే, అతను పెట్టిన పరిస్థితిని గ్రహించాడు. తను లోపలికి, మస్కెట్ మూతిని తన రొమ్ముపై ఉంచి, తన పాదంతో ట్రిగ్గర్‌ని నొక్కడం ద్వారా దానిని విడుదల చేశాడు. అతను కాలిపోయి రక్తస్రావమై కుప్పకూలిపోయాడు కానీ ప్రాణాపాయం కాలేదు.

అతను కోలుకున్నాడు మరియు ఒక వారం లోపే విచారణకు తీసుకురాబడ్డాడు. అతను ఏదైనా విషపూరిత పదార్థాల ప్రభావంలో ఉన్నాడా అని అడిగినప్పుడు, అతను

ఆలస్యంగా భాంగ్ (గంజాయి) మరియు నల్లమందు వాడినట్లు అంగీకరించాడు. మద్యం మత్తులో ఏం చేస్తున్నాడో తెలియదని వేడుకున్నాడు. తానే స్వయంగా తిరుగుబాటు చేశానని, తనకు అండగా ఉండడంలో ఎవరూ ఎలాంటి పాత్ర పోషించలేదని ఆయన ధీమాగా చెప్పారు. తనను తాను సమర్థించుకోమని అడిగినప్పుడు, అతను "నేను ఏమి చేస్తున్నానో నాకు తెలియదు. నేను ఎవరిని గాయపరిచానో మరియు నేను ఎవరిని గాయపరిచానో నాకు తెలియదు. నేను ఇంకా ఏమి చెప్పను? నా దగ్గర చెప్పడానికి ఏమీ లేదు. నా దగ్గర ఆధారాలు లేవు." అతనికి జెమాదార్‌తో పాటు ఉరిశిక్ష విధించబడింది. అతని ఉరిశిక్ష ఏప్రిల్ 18న షెడ్యూల్ చేయబడింది, కానీ ఆ తేదీకి పది రోజుల ముందు అమలు చేయబడింది. ఏప్రిల్ 21న జమాదార్ ఈశ్వరీ ప్రసాద్ ఉరిశిక్షపై ఆయనను కలిశారు.

34 N.L. తిరుగుబాటు చేసిన సైనికుడిని అరికట్టడంలో మరియు వారి అధికారిని రక్షించడంలో తమ కర్తవ్యాన్ని నిర్వర్తించడంలో విఫలమైనందుకు, ప్రభుత్వం వివరణాత్మక విచారణ తర్వాత, సామూహిక శిక్షగా మే 6న రెజిమెంట్ 'అపమానంతో' రద్దు చేయబడింది. కలకత్తాలో క్షమాపణ కోసం వచ్చిన పిటిషన్‌లను పరిశీలించిన ఆరు వారాల వ్యవధి తర్వాత ఇది జరిగింది. షేక్ పాల్టు తన సాహసోపేత ప్రవర్తనకు జనరల్ హియర్సే ద్వారా హవల్దార్ (స్థానిక సార్జెంట్) పదవికి అక్కడికక్కడే పదోన్నతి పొందాడు

రాణి లక్ష్మీబాయి

వాస్తవానికి మణికర్ణిక అని పేరు పెట్టబడింది, ఆమె 1828లో హిందూ నగరమైన వారణాసిలో మహారాష్ట్ర బ్రాహ్మణ కుటుంబంలో జన్మించింది. ఆమె తండ్రి మోరోపంత్

తాంటే కర్హాడే బ్రాహ్మణుడు మరియు ఆమె తల్లి భాగీరథిబాయి సంస్కారవంతురాలు, తెలివైనవారు మరియు మతపరమైన మహిళ.
మణికర్ణికలో జన్మించిన ఆమెను కుటుంబంలో మను అని ముద్దుగా పిలుచుకుంటారు. మను నాలుగు సంవత్సరాల వయస్సులో తల్లిని కోల్పోయాడు, మరియు యువతిని చూసుకునే బాధ్యత ఆమె తండ్రిపై పడింది. మను మరాఠా పేష్వాలలో చివరి వ్యక్తి అయిన బాజీ రావు II ఆస్థానంలో పెరిగారు, అక్కడ ఆమె తండ్రి పీష్వా సోదరుడు చిమ్నాజీ అప్పాకు సలహాదారుగా ఉన్నారు. పీష్వా ఆస్థానంలో, మనువు తండ్రి ఆమెకు రాణిగా విద్యను అందించాడు మరియు ఆ యువతి శిక్షణ పొందింది
స్వారీ, ఫెన్సింగ్‌తో సహా విస్తృతమైన మరియు సమగ్రమైన యుద్ధ శిక్షణ మరియు షూటింగ్, ఆమె చిన్నతనంలో ఉన్నప్పుడు.
మోరోపంత్ తాంటే మను పద్నాలుగేళ్ల వయసులో ఝాన్సీ మహారాజు రాజా గంగాధర్ రావు నివాల్కర్ ఆస్థానానికి వెళ్లాడు. మను గంగాధర్ రావుతో వివాహం జరగాల్సి ఉంది. ఆమె 1842లో రాజా గంగాధర్ రావు నివాల్కర్‌ను వివాహం చేసుకుంది మరియు ఝాన్సీ మహారాణి అయింది. భారతీయ రాయల్టీకి సంబంధించిన ఆచారం ప్రకారం, ఆమె వివాహం తర్వాత ఆమెకు వేరే పేరు పెట్టారు మరియు ఇక నుండి లక్ష్మీబాయి అని పిలుస్తారు. లక్ష్మీబాయి 1851లో ఒక మగబిడ్డకు జన్మనిచ్చింది, కానీ ఈ బిడ్డ నాలుగు నెలల వయస్సులో మరణించాడు.
1853లో గంగాధరరావు తీవ్ర అనారోగ్యానికి గురై బిడ్డను దత్తత తీసుకోమని ఒప్పించారు. అతను తన మరణానికి ఒక రోజు ముందు మాత్రమే పశ్చాత్తాపం చెందాడు మరియు దూరపు బంధువైన దామోదర్ రావు అనే అబ్బాయిని దత్తత తీసుకున్నాడు. బ్రిటీష్ వారు దత్తత తీసుకోవడంపై పోటీ చేయలేరు అని నిర్ధారించడానికి, రాణి స్థానిక బ్రిటిష్ ప్రతినిధులచే సాక్ష్యమిచ్చింది. మహారాజు గంగాధరరావు మరుసటి రోజు 21 నవంబర్ 1853న మరణించారు.
ఆ సమయంలో, లార్డ్ డల్హౌసీ బ్రిటిష్ ఇండియా గవర్నర్ జనరల్. చిన్న దామోదర్ రావు, దివంగత మహారాజా గంగాధర్ రావు మరియు రాణి లక్ష్మీబాయిల దత్తపుత్రుడు, హిందూ సంప్రదాయం ప్రకారం మహారాజు వారసుడు మరియు వారసుడు అయినప్పటికీ, దామోదర్ రావు తమ చట్టబద్ధమైన వారసుడు అని రాణి చేసిన వాదనను బ్రిటిష్ పాలకులు తిరస్కరించారు. లార్డ్ డల్హౌసీ ఝాన్సీ రాష్ట్రాన్ని డాక్ట్రిన్ ఆఫ్ లాప్స్ కింద కలుపుకోవాలని నిర్ణయించుకున్నాడు.

రాణి అప్పుడు అపూర్వమైన పని చేసింది-ఆమె బ్రిటిష్ న్యాయవాది మరియు ఈస్ట్ ఇండియా కంపెనీ అధికారి రాబర్ట్ ఎల్లిస్ సలహా కోరింది మరియు లండన్‌లో తన కేసును అప్పీల్ చేసింది. ఈ పిటిషన్లు బాగా వాదించినప్పటికీ, అవి చివరికి ఉన్నాయి తిరస్కరించారు. రాణిని అహంకారపూరితంగా ప్రవర్తించినందుకు బ్రిటీష్ ఇండియన్ అధికారులు స్పష్టంగా శిక్షించాలని కోరుతున్నారు. వారు ప్రభుత్వ ఆభరణాలను స్వాధీనం చేసుకున్నారు మరియు ఆమె వార్షిక పింఛను నుండి ఆమె భర్త యొక్క అప్పులను మినహాయించారు. 60,000. ఆమె ఝాన్సీ కోట నుండి ఝాన్సీ పట్టణంలోని రాణి మహల్‌కు వెళ్లవలసి వచ్చింది. కానీ రాణి లక్ష్మీబాయి మాత్రం ఝాన్సీని రక్షించాలని నిశ్చయించుకుంది. మెయిన్ అప్నీ ఝాన్సీ నహిన్ దూంగి (నేను నా ఝాన్సీని వదులుకోను) అనే ప్రసిద్ధ పదాలతో ఆమె తన నిర్ణయాన్ని ప్రకటించింది. 1857లో హింస చెలరేగడంతో ఝాన్సీ తిరుగుబాటుకు కేంద్రంగా మారింది. రాణి లక్ష్మీబాయి ఝాన్సీ రక్షణను బలోపేతం చేయడం ప్రారంభించింది మరియు స్వచ్ఛంద సైన్యాన్ని సమీకరించింది. పురుషులతో పాటు మహిళలను కూడా నియమించి సైనిక శిక్షణ ఇచ్చారు. రాణితో పాటు ఆమె జనరల్స్ కూడా ఉన్నారు. స్థానిక జనాభా నుండి చాలా మంది ఆర్మీ ర్యాంక్‌లలో సేవ చేయడానికి స్వచ్ఛందంగా ముందుకు వచ్చారు, ఆమె కారణానికి ప్రజల మద్దతు పెరుగుతోంది. 1857 సెప్టెంబరు మరియు అక్టోబరులో, పొరుగున ఉన్న రాజాస్ దటియా మరియు ఓర్చా యొక్క దండయాత్ర సైన్యాల నుండి ఝాన్సీని విజయవంతంగా రక్షించడంలో రాణి నాయకత్వం వహించింది. 1858 జనవరిలో, బ్రిటిష్ సైన్యం ఝాన్సీపై తన పురోగమనాన్ని ప్రారంభించింది మరియు మార్చిలో నగరాన్ని ముట్టడించింది. రెండు వారాల పోరాటం తర్వాత, బ్రిటీష్ వారు నగరాన్ని స్వాధీనం చేసుకున్నారు, కానీ రాణి తన దత్తపుత్రుడు దామోదర్ రావును తన వీపుపై గట్టిగా కట్టి, ఒక వ్యక్తి వేషంలో తప్పించుకుంది. ఆమె కల్పికి పారిపోయి అక్కడ తాత్యా తోపేలో చేరింది. గ్వాలియర్ యుద్ధంలో రాణి జూన్ 17న ఆమె మరణాన్ని ఎదుర్కొంది. ఈ యుద్ధంలో రాణి అసలు గుర్రం ఘోరంగా గాయపడింది. అతని స్థానంలో ఒక యువకుడు, మరింత శక్తివంతుడు, కానీ తక్కువ శిక్షణ పొందిన గుర్రాన్ని నియమించాల్సి వచ్చింది. యుద్ధ సమయంలో ఆమె చుట్టూ ఉన్న జానపద కథ ఏమిటంటే, యుద్ధంలో రాణి తప్పించుకోవడానికి ప్రయత్నించింది మరియు ఇద్దరు బ్రిటిష్ అధికారులు ఆమెను అనుసరించారు. గుర్రం ఒక కొండపైకి చేరుకుంది మరియు తగినంత శిక్షణ పొందలేదు, దాని మీదుగా వెళ్ళలేకపోయింది.

బ్రిటిష్ వారు ఆమెను చుట్టుముట్టారు. ఆమె మూలన పడిపోవడంతో, ఆమె దూకడం ఒక్కటే ఎంపిక అని ఆమెకు తెలుసు. ఆమెను గుర్తించిన ఒక బ్రాహ్మణుడు ఆమెను జాగ్రత్తగా తన ఆశ్రమానికి తీసుకెళ్లాడు. ఆమె అక్కడే పడుకుంది.

ఒక క్షణం స్పృహ కోల్పోయి ఆమె చివరి మాటలు 'జై హింద్!' ఆమె జీవితాంతం, బ్రిటీష్ ఆక్రమణల నుండి ఝాన్సీని కాపాడాలని కోరుకుంది మరియు భారతదేశం చుట్టూ ఉన్న వివిధ విప్లవకారులతో సంబంధాలను ఏర్పరచుకునే స్థాయికి వెళ్లింది. తాంత్యా తోపేతో జరిగిన ఒక సమావేశంలో, ఝాన్సీ స్వేచ్ఛా భారతదేశానికి ఉదాహరణగా నిలుస్తుందని కూడా ఆమె పేర్కొన్నారు.

మూడు రోజుల తర్వాత బ్రిటిష్ వారు గ్వాలియర్‌ను స్వాధీనం చేసుకున్నారు. గ్వాలియర్ కోసం యుద్ధం గురించి తన నివేదికలో, జనరల్ రోజ్ తిరుగుబాటుదారులలో రాణి "ధైర్యవంతుడు మరియు ఉత్తమమైనది" అని వ్యాఖ్యానించాడు. ఆమె అపూర్వమైన శౌర్యం, ధైర్యం మరియు వివేకం మరియు 19వ శతాబ్దపు భారతదేశంలో మహిళా సాధికారతపై ఆమె ప్రగతిశీల అభిప్రాయాల కారణంగా, మరియు ఆమె త్యాగాల కారణంగా, ఆమె భారత జాతీయవాద ఉద్యమానికి చిహ్నంగా మారింది.

రాణి లక్ష్మీబాయి జాతీయ కథానాయికగా మారింది మరియు భారతదేశంలో స్త్రీ ధైర్యసాహసాలకు ప్రతిరూపంగా కనిపించింది. ఇండియన్ నేషనల్ ఆర్మీ తన మొదటి మహిళా విభాగాన్ని సృష్టించినప్పుడు, దానికి ఆమె పేరు పెట్టారు.

Indian poetess Subhadra Kumari Chauhan wrote a poem

ఆమెపై వీర్ రాస్ స్టైల్‌లో, ఇప్పటికీ పిల్లలు పాఠశాలల్లో పఠిస్తారు.

నానా సాహిబ్

నానా సాహిబ్ నారాయణ్ భట్ మరియు గంగా బాయి దంపతులకు ధోండు పంత్ గా జన్మించాడు. 1827లో, అతన్ని మరాఠా పేష్వా బాజీ రావ్ II దత్తత తీసుకున్నారు. బాజీ రావ్ II ఈస్ట్ ఇండియా కంపెనీచే బితూర్ (కాన్పూర్ సమీపంలో)కి బహిష్కరించబడ్డాడు. నానా సాహిబ్ బితూర్‌లో పెరిగారు.నానా సాహిబ్ యొక్క సన్నిహిత సహచరులు తాంత్యా తోపే మరియు అజీముల్లా ఖాన్.

తాన్యా తోపే పేష్వా బాజీరావు II ఆస్థానంలో ఒక ముఖ్యమైన కులీనుడైన పాండురంగ్ రావ్ తోపే కుమారుడు. బాజీరావు బితూర్‌కు బహిష్కరించబడిన తర్వాత, పాండురంగ్ రావు మరియు అతని కుటుంబం కూడా అక్కడికి మారారు. తాంత్యా తోపే నానా సాహిబ్‌కు అత్యంత సన్నిహిత మిత్రుడు అయ్యాడు. అజీముల్లా ఖాన్ ఒక ఆంగ్లోఫోబ్ ముస్లిం, అతను 1851లో బాజీ రావ్ II మరణం తర్వాత నానా సాహిబ్ ఆస్థానంలో కార్యదర్శిగా చేరాడు. తర్వాత అతను నానా సాహిబ్ ఆస్థానంలో దీవాన్ అయ్యాడు.

1857 నాటి భారతీయ తిరుగుబాటు ప్రారంభ దశలో, నానా సాహిబ్ బ్రిటిష్ వారికి విధేయతను ప్రకటించాడు. అతను కాన్పూర్ కలెక్టర్ హిల్లర్స్‌డన్ విశ్వాసాన్ని గెలుచుకున్నాడు. తిరుగుబాటు కాన్పూర్‌కు వ్యాపిస్తే, నానా సాహిబ్ 1,500 మంది సైనికులతో కూడిన దళాన్ని ఏర్పాటు చేసేలా ఏర్పాటు చేయబడింది.

జున్ 5, 1857న, కాన్పూర్‌లో ఈస్టిండియా కంపెనీ తిరుగుబాటు సమయంలో, బ్రిటీష్ బృందం పట్టణం యొక్క దక్షిణ భాగంలో ఒక స్థావరం వద్ద ఆశ్రయం పొందింది. కాన్పూర్‌లో ఉన్న గందరగోళం మధ్య, నానా సాహిబ్ మరియు అతని దళాలు. పట్టణం యొక్క ఉత్తర భాగంలో ఉన్న బ్రిటిష్ పత్రికలో ప్రవేశించింది. పత్రికకు కాపలాగా ఉన్న 53వ స్థానిక పదాతిదళానికి చెందిన సైనికులు నానా సాహిబ్ బ్రిటీష్ తరపున పత్రికకు కాపలాగా వచ్చారని భావించారు. అయితే, అతను పత్రికలోకి ప్రవేశించిన తర్వాత, నానా సాహిబ్ తాను బ్రిటీష్ వారికి వ్యతిరేకంగా జరిగిన తిరుగుబాటులో భాగస్వామినని మరియు బహదూర్ షా II యొక్క సామంతుడిగా ఉండాలనుకుంటున్నట్లు ప్రకటించాడు.

కంపెనీ ట్రెజరీని స్వాధీనం చేసుకున్న తర్వాత, నానా సాహిబ్ గ్రాండ్ ట్రంక్ రోడ్ పైకి వెళ్లాడు. అతను పేష్వా సంప్రదాయంలో మరాఠా సమాఖ్యను పునరుద్ధరించాలని కోరుకున్నాడు మరియు కాన్పూర్‌ను స్వాధీనం చేసుకోవాలని నిర్ణయించుకున్నాడు. దారిలో నానా సాహిబ్ కళ్యాణ్‌పూర్‌లో తిరుగుబాటు కంపెనీ సైనికులను కలిశాడు. సైనికులు బహదూర్ షా IIని కలవడానికి ఢిల్లీకి వెళుతున్నారు. నానా సాహిబ్ వారు

కాన్పూర్‌కు తిరిగి వెళ్లాలని మరియు బ్రిటీష్ వారిని ఓడించడంలో తనకు సహాయం చేయాలని కోరుకున్నాడు. సైనికులు మొదట ఇష్టపడలేదు, కానీ నానా సాహిబ్‌లో చేరాలని నిర్ణయించుకున్నారు, అతను వారి జీతం మరియు ప్రతిఫలాన్ని రెట్టింపు చేస్తానని వాగ్దానం చేశాడు.

వారు బ్రిటీష్ ప్రాబల్యాన్ని నాశనం చేస్తే బంగారంతో వాటిని. బ్రిటిష్ వారు కాన్పూర్‌ను తిరిగి స్వాధీనం చేసుకున్న తర్వాత నానా సాహిబ్ అదృశ్యమయ్యాడు. అతని జనరల్, తాంత్యా తోపే, కాన్పూర్‌ను తిరిగి స్వాధీనం చేసుకోవడానికి ప్రయత్నించాడు

నవంబర్ 1857లో, పెద్ద సైన్యాన్ని సేకరించిన తర్వాత, ప్రధానంగా గ్వాలియర్ దళానికి చెందిన తిరుగుబాటు సైనికులు ఉన్నారు. అతను కాన్పూర్ యొక్క పశ్చిమ మరియు వాయువ్య మార్గాలన్నింటిపై నియంత్రణ సాధించగలిగాడు, కాని తరువాత రెండవ కాన్పూర్ యుద్ధంలో ఓడిపోయాడు.

సెప్టెంబర్ 1857లో, నానా సాహిబ్ అనారోగ్యం పాలైనట్లు నివేదించబడింది; అయితే. 1859 నాటికి, నానా సాహిబ్ నేపాల్‌కు పారిపోయినట్లు నివేదించబడింది. ఫిబ్రవరి 1860లో, నానా సాహిబ్ భార్యలు నేపాల్‌లో ఆశ్రయం పొందారని బ్రిటిష్ వారికి సమాచారం అందింది. నానా సాహిబ్ స్వయంగా నేపాల్ అంతర్భాగంలో నివసిస్తున్నట్లు నివేదించబడింది.

నానా సాహిబ్ యొక్క అంతిమ గతి ఎప్పటికీ తెలియదు. 1888 వరకు అతను పట్టుబడ్డాడని పుకార్లు మరియు నివేదికలు ఉన్నాయి మరియు అనేక మంది వ్యక్తులు వృద్ధాప్యంలో నానా అని చెప్పుకుంటూ బ్రిటీష్ వారికి మారారు. ఈ నివేదికలలో ఎక్కువ భాగం అవాస్తవమని తేలినందున, అతనిని పట్టుకోవటానికి తదుపరి ప్రయత్నాలు విరమించబడ్డాయి.

భారతదేశానికి స్వాతంత్ర్యం వచ్చిన తర్వాత, నానా సాహిబ్ స్వాతంత్ర్య సమరయోధుడిగా కీర్తించబడ్డాడు మరియు నానా సాహిబ్ మరియు అతని సోదరుడు బాల రావు గౌరవార్థం కాన్పూర్‌లోని నానా-రావు పార్క్ నిర్మించబడింది.

భక్త్ ఖాన్

భక్త్ ఖాన్ రోహిల్లా (1797-1859) బ్రిటిష్ ఈస్ట్ ఇండియా కంపెనీకి వ్యతిరేకంగా 1857లో జరిగిన భారతీయ తిరుగుబాటులో భారతీయ తిరుగుబాటు దళాలకు కమాండర్-ఇన్-చీఫ్. బఖ్త్ ఖాన్ రోహిల్లా చీఫ్ నజీబ్-ఉల్-దౌలా కుటుంబానికి సంబంధించిన పష్తూన్.

అతను రోహిల్‌ఖండ్‌లోని బిజ్నోర్‌లో జన్మించాడు (ప్రస్తుతం U.P. జిల్లా). భక్త్ ఖాన్ బ్రిటిష్ ఈస్ట్ ఇండియా కంపెనీ సైన్యంలో సుబేదార్, మరియు 1857లో భారత దళాల తిరుగుబాటుకు ముందు బెంగాల్ హార్స్ ఆర్టిలరీలో నలభై సంవత్సరాల అనుభవం కలిగి ఉన్నాడు. అతను మొదటి ఆఫ్ఘన్ యుద్ధంలో కూడా చర్య తీసుకున్నాడు. ఎన్నో ప్రచార కార్యక్రమాల్లో ధైర్యంగా పోరాడారన్నారు.

మే, 1857లో మీరట్‌లోని సిపాయిలు తిరుగుబాటు చేసినప్పుడు, బఖ్త్ ఖాన్ రోహిల్లా సిపాయిలను సంఘటితం చేసి, శిక్షణ ఇచ్చి నిర్మించి, ఆపై ఢిల్లీకి వెళ్లిపోయాడు.

ఢిల్లీ ఇప్పటికే 11 మే 1857 న తిరుగుబాటు దళాలచే స్వాధీనం చేసుకుంది మరియు బహదూర్ షా భారతదేశ చక్రవర్తిగా ప్రకటించబడ్డాడు. బహదూర్ షా తన పెద్ద కుమారుడు మీర్జా జహీరుద్దీన్‌ను కమాండర్ ఇన్-చీఫ్‌గా నియమించాడు, అయితే ఈ యువరాజుకు సైనిక అనుభవం లేదు. 1857 జులై 1న బుధవారం నాడు బఖ్త్ ఖాన్ తన బలగాలతో కలిసి ఢిల్లీకి చేరుకున్న సమయం ఇది. అతని రాకతో నాయకత్వ స్థితి మెరుగుపడింది మరియు రాజు అతనికి సాహెబ్-1- ఆలం బహదూర్ బిరుదును ఇచ్చాడు.

అతను సిపాయి బలగాలకు వర్చువల్ కమాండర్, అయినప్పటికీ మీర్జా జహీరుద్దీన్ ఇప్పటికీ కమాండర్-ఇన్-చీఫ్. అతను పౌర మరియు సైనిక వ్యవహారాలను నిర్వహించడానికి ఏర్పడిన వార్ కౌన్సిల్‌లో నియమించబడ్డాడు. భక్త్ ఖాన్ అనేక సమస్యలను ఎదుర్కొన్నాడు, అతని తక్షణ శ్రద్ధ అవసరం. మొదటి మరియు ప్రధానమైన సమస్య ఆర్థిక సమస్య, దాన్ని పరిష్కరించడానికి అతను రాజు నుండి పన్నులు వసూలు చేసే అధికారాన్ని పొందాడు. రెండవ సమస్య ఏమిటంటే, సరఫరాల సమస్య కాలక్రమేణా మరింత తీవ్రమైంది మరియు సెప్టెంబరులో బ్రిటీష్ దళాలు నగరంపై దాడి చేసినప్పుడు మరింత తీవ్రమైంది.

బ్రిటీష్ వారికి నగరంలో చాలా మంది గూఢచారులు మరియు ఏజెంట్లు ఉన్నారు మరియు లొంగిపోవాలని నిరంతరం రాజుపై ఒత్తిడి తెస్తున్నారు. కింగ్ స్వయంగా, బలహీనమైన పాత్ర కావడంతో ఇప్పుడు తన స్వంత జీవితం గురించి ఆందోళన చెందుతున్నాడు, ముఖ్యంగా నగరంలో బ్రిటిష్ దళాలు మరియు సిపాయిల మధ్య సుదీర్ఘ ఆరు రోజుల నిశ్చితార్థం తర్వాత. ఆ సమయంలో మిలిటరీ ఫ్రంట్‌పై దృష్టి పెట్టకుండా, లొంగిపోవద్దని బఖ్త్ ఖాన్ రాజును వేడుకున్నాడు. ఢిల్లీ ఓడిపోయినా ఇతర ప్రాంతాల నుంచి ఈ ప్రచారాన్ని సాగించవచ్చని వాదించారు. అతను తనతో చేరమని

రాజును వేడుకున్నాడు, కానీ రాజు ఆసక్తి చూపలేదు మరియు 20 సెప్టెంబర్, 1857న తన కుటుంబంతో సహా లొంగిపోయాడు.

బఖ్త్ ఖాన్ ఢిల్లీ పారిపోయి అంత తేలిగ్గా లొంగలేదు. అతను ఈ ఉద్యమం యొక్క మరొక గొప్ప పోరాట యోధుడు మౌలవీ అహ్మదుల్లా యొక్క దళాలలో చేరాడు మరియు లక్నో, షాజహాన్‌పూర్ మరియు ఇతర ప్రదేశాలలో పోరాడాడు. ఆ తర్వాత తేరాయ్‌లోని దట్టమైన అడవుల్లో ఎవరూ చూడకుండా చనిపోయాడు.

మీర్జా మొఘల్

మీర్జా మొఘల్ (1817-1857) చివరి మొఘల్ చక్రవర్తి బహదూర్ షా జాఫర్ ఐదవ కుమారుడు. అతని తల్లి, షరీఫ్-ఉల్-మహల్ సయ్యిదిని, ఒక కులీన కుటుంబం నుండి వచ్చింది.

1856లో అతని అన్న మీర్జా ఫఖ్రు మరణం తరువాత, మీర్జా మొఘల్ బహదూర్ షా జాఫర్‌కు చట్టబద్ధంగా జన్మించిన పెద్ద కుమారుడు అయ్యాడు. అయినప్పటికీ, బ్రిటీష్ వారు ఢిల్లీ సింహాసనానికి వారసులుగా ఎవరినీ గుర్తించడానికి నిరాకరించారు మరియు జాఫర్ మరణం తరువాత రాచరికం రద్దు చేయబడుతుందని సూచించింది.

మే 1857లో, బ్రిటిష్ ఇండియన్ ఆర్మీకి చెందిన సిపాయిలు తమ బ్రిటీష్ అధికారులపై తిరుగుబాటు చేసి ఢిల్లీలోకి ప్రవహించారు. కొన్ని రోజుల తర్వాత, మీర్జా మిఘల్ మరియు అతని సవతి సోదరులు కొందరు తిరుగుబాటు దళాలకు బాధ్యత వహించాలని వారి తండ్రిని అభ్యర్థించారు. వారి అభ్యర్థన మొదట తిరస్కరించబడింది కానీ తరువాత మంజూరు చేయబడింది మరియు మీర్జా మొఘల్ కమాండర్-ఇన్-చీఫ్‌గా నియమించబడ్డాడు. మీర్జా మొఘల్‌కి అతని కొత్త ఆఫీసులో ఎలాంటి శిక్షణ లేదా అనుభవం లేదు; అయినప్పటికీ, హెట్ శక్తివంతంగా దళాలను నిర్వహించడానికి, వారి

బిల్లేటింగ్ మరియు బందోబస్తుకు ఏర్పాట్లు చేయడానికి మరియు అలవోకగా ఉన్న నగరానికి ఒక పోలికను తీసుకురావడానికి ప్రయత్నించాడు.

అతని అనుభవరాహిత్యం త్వరలోనే స్పష్టంగా కనిపించింది మరియు ఆఫ్ఘన్ యుద్ధాల సమయంలో మంచి పేరు ప్రఖ్యాతులు సంపాదించిన బ్రిటీష్ సైన్యంలోని మాజీ అధికారి బఖ్త్ ఖాన్ బరేలీ నుండి ఒక పెద్ద సైన్యానికి అధిపతిగా రావడంతో అతను కొన్ని వారాల తర్వాత పరాజయం పాలయ్యాడు. . అతను వచ్చిన కొద్దికాలానికే, చక్రవర్తి బఖ్త్ ఖాన్ కమాండర్-ఇన్-చీఫ్‌ను నియమించాడు మరియు మీర్జా మొఘుల్‌కు సరఫరా బాధ్యతను అప్పగించాడు. కొన్ని వారాల తర్వాత, కార్యాలయాల పునర్వ్యవస్థీకరణ తర్వాత, మీర్జా మొఘుల్‌కు ఢిల్లీ నగరాన్ని నిర్వహించే బాధ్యతను అప్పగించారు

తిరుగుబాటు ముగిసే సమయానికి, మీర్జా మొఘుల్, అతని కుటుంబ సభ్యులతో సహా, గోడల నగరం ఢిల్లీ వెలుపల ఉన్న హుమాయూన్ సమాధిలో ఆశ్రయం పొందాడు. వారు తరువాత కెప్టెన్ హడ్సన్ నేతృత్వంలోని బ్రిటిష్ దళాలకు లొంగిపోయారు, వారు సమాధిని చుట్టుముట్టారు. మీర్జా మొఘుల్ మరియు అతని సవతి సోదరులు ఇద్దరు ఎద్దుల బండిపై ఎక్కి నగరం వైపు నడిపించారు. వారు నగర ద్వారం వద్దకు చేరుకున్నప్పుడు, హడ్సన్ యువరాజులను బండి దిగి, నగ్నంగా చేయమని కోరాడు. ఆ తర్వాత అతను ముగ్గురు యువరాజులను కోల్డ్ బ్లడ్‌లో మరియు పాయింట్-బ్లాంక్ రేంజ్‌లో కాల్చి చంపాడు. హడ్సన్ అప్పుడు రాకుమారుల సిగ్నెట్ రింగ్స్, మణి ఆర్మ్-బ్యాండ్‌లు మరియు బెజ్వెల్డ్ కత్తులను తీసివేసాడు. అనంతరం మృతదేహాలను కొత్వాలి ముందు విసిరి, ప్రజల సందర్శనార్థం అక్కడే వదిలేశారు. హత్య జరిగిన సమీపంలోని గేటును నేడు ఖూనీ దర్వాజాగా పిలుస్తారు

ప్రేరణ

మంగళ్ పాండే యొక్క ప్రవర్తన వెనుక ఉన్న ప్రాథమిక ప్రేరణ ఎన్‌ఫీల్డ్ P-53 రైఫిల్‌లో ఉపయోగించిన కొత్త రకం బుల్లెట్ కాట్రిడ్జ్‌కి ఆపాదించబడింది, ఇది ఆ సంవత్సరం బెంగాల్ సైన్యంలో ప్రవేశపెట్టబడింది.

క్యాట్రిడ్జ్‌పై జంతువుల కొవ్వు (ప్రధానంగా పంది కొవ్వు మరియు ఆవు కొవ్వు, వీటిని వరుసగా ముస్లింలు మరియు హిందువులు తినరు, మొదటిది ముస్లింలకు అసహ్యకరమైనది మరియు రెండవది హిందువుల పవిత్ర జంతువు) అని పుకారు వచ్చింది. కాట్రిడ్జ్‌లను ఉపయోగించే ముందు ఒక చివర కొరికేయాలి. ఇది తమ మతాలను కలుషితం చేయడమే లక్ష్యంగా బ్రిటీష్ వారి ఉద్దేశపూర్వక చర్య అని తిరుగుబాటుదారులు అభిప్రాయపడ్డారు.

34వ BNI యొక్క కమాండెంట్ వీలర్‌ను ఉత్సాహపూరితమైన క్రైస్తవ బోధకుడిగా పిలుస్తారు మరియు ఇది కంపెనీ ప్రవర్తనను కూడా ప్రభావితం చేసి ఉండవచ్చు. 56వ BNIకి చెందిన కెప్టెన్ విల్మా హాలిడే భర్త ఉర్దూ మరియు నగ్రి భాషలలో బైబిల్‌ను ముద్రించి సిపాయిల మధ్య పంచిపెట్టాడు, తద్వారా బ్రిటిష్ వారిని క్రైస్తవ మతంలోకి మార్చాలనే ఉద్దేశ్యంతో వారిలో అనుమానాలు తలెత్తాయి.

అలాగే, 19వ మరియు 34వ స్థానిక పదాతిదళాలు ఫిబ్రవరి 7, 1856న నవాబ్ చేత ఔద్‌ను దుర్వినియోగం చేయడం కోసం లక్నోలో ఉంచబడ్డాయి. బెంగాల్ ఆర్మీలోని సిపాయిలకు ఈ విలీనానికి మరో చిక్కు వచ్చింది (వీరిలో గణనీయమైన భాగం వచ్చింది. ఆ రాచరిక రాష్ట్రం నుండి). విలీనానికి ముందు, ఈ సిపాయిలకు న్యాయం కోసం లక్నోలోని బ్రిటీష్ రెసిడెంట్‌ను అర్జీ పెట్టుకునే హక్కు ఉంది-ఇది స్థానిక న్యాయస్థానాల సందర్భంలో ఒక ముఖ్యమైన ప్రత్యేక హక్కు. ఫలితంగా విలీనం, ఆ రాష్ట్రం ఉనికిలో లేనందున వారు ఆ హక్కును కోల్పోయారు. అంతేకాకుండా, ఈ చర్యను రాష్ట్ర నివాసితులు తమ గౌరవానికి అవమానంగా భావించారు, ఇప్పటికే ఉన్న ఒప్పందాన్ని ఉల్లంఘిస్తూ ఈ విలీనాన్ని చేస్తున్నారు. ఆ విధంగా, సిపాయిలు చేరికతో చెలరేగిన సాధారణ అసంతృప్తితో ప్రభావితం కావడం చాలా సహజం. ఫిబ్రవరి 1857లో, ఈ రెండు రెజిమెంట్లు బరాక్‌పూర్‌లో ఉన్నాయి.19వ స్థానిక పదాతిదళ రెజిమెంట్ ముఖ్యమైనది, ఎందుకంటే ఇది ఫిబ్రవరి 26, 1857న కొత్త కాట్రిడ్జ్‌లను పరీక్షించే బాధ్యత రెజిమెంట్‌పై ఉంది. అయితే, తిరుగుబాటు వరకు వారికి తుపాకులు జారీ చేయలేదు మరియు రెజిమెంట్ పత్రికలోని కాట్రిడ్జ్‌లు ఇలా ఉన్నాయి. అంతకు ముందు అర్ధ శతాబ్దానికి చెందిన వారు జిడ్డు లేకుండా ఉన్నారు. అయితే, కాగితం కాట్రిడ్జ్‌లను చుట్టడానికి ఉపయోగించేది వేరే రంగులో ఉండటం అనుమానాలను రేకెత్తిస్తోంది. రెజిమెంట్ యొక్క నాన్-కమిషన్డ్ అధికారులు నిరాకరించారు ఫిబ్రవరి 26న కాట్రిడ్జ్‌లను అంగీకరించాలి. ఈ సమాచారాన్ని కమాండింగ్ అధికారి కల్నల్ మిచెల్‌కు తెలియజేసారు, అతను సిపాయిలు తమకు అలవాటు పడిన వాటి కంటే భిన్నంగా లేవని మరియు వారు దానిని కాటు వేయనవసరం లేదని ఒప్పించేందుకు ప్రయత్నించాడు. అతను రెజిమెంట్ గౌరవాన్ని నిలబెట్టాలని స్థానిక అధికారులకు విజ్ఞప్తి చేయడంతో మరియు కార్ట్రిడ్జ్‌ని అంగీకరించడానికి నిరాకరించిన కోర్టు-మార్షల్ సిపాయిలకు ముప్పు వాటిల్లుతుందని తన ప్రబోధాన్ని ముగించాడు. అయితే, మరుసటి రోజు ఉదయం రెజిమెంట్ తిరుగుబాటుకు దారితీసింది మరియు కల్నల్ మిచెల్ యొక్క ఒప్పించే శక్తులు మరియు అతని తెలివితేటల కారణంగా సిపాయిలు తమ బ్యారక్‌లకు తిరిగి రావాలని ఒప్పించారు. కోర్ట్ ఆఫ్ ఎంక్వైరీకి ఆదేశించబడింది, ఇది దాదాపు ఒక నెల పాటు కొనసాగిన దర్యాప్తు తర్వాత, రెజిమెంట్‌ను రద్దు చేయాలని సిఫార్సు చేసింది. మార్చి 31న కూడా అదే జరిగింది. 19వ N.I. రెజిమెంట్, అగౌరవంతో

తొలగించబడకుండా, కొంతమందికి చెందినది, వారి యూనిఫాంలను ఉంచుకోవడానికి అనుమతించబడింది మరియు ఇంటికి తిరిగి రావడానికి ప్రభుత్వం భత్యం అందించింది.

ఎన్ఫీల్డ్ రైఫిల్ మరియు కాట్రిడ్జ్‌లు

P-53ని అధికారికంగా ప్యాటర్న్ 1853 ఎన్‌ఫీల్డ్ రైఫిల్ మస్కెట్ అని పిలుస్తారు. క్రిమియన్ యుద్ధంలో 1854లో వార్ డిపార్ట్‌మెంట్ ద్వారా బ్రిటిష్ సైన్యంలో ప్రవేశపెట్టబడింది, అవి 50 నుండి 300 గజాల పరిధిలో చాలా ప్రభావవంతంగా నిరూపించబడ్డాయి. ఇది 1857 ప్రారంభంలో ఈస్ట్ ఇండియా కంపెనీచే బెంగాల్ సైన్యంలో ప్రవేశపెట్టబడింది.

రైఫిల్‌లో మెట్‌ఫోర్డ్-ప్రిట్‌చిట్ కాట్రిడ్జ్‌ని ఉపయోగించారు, దీనికి 2½ డ్రామ్స్ (68 గింజలు) మస్కెట్ పౌడర్ మరియు 530-గ్రెయిన్, స్వచ్ఛమైన సీసం బుల్లెట్‌తో కూడిన భారీ కాగితపు గొట్టం అవసరం. 1847లో ప్రవేశపెట్టిన ఫ్రెంచ్ మరియు అమెరికన్ మినీ బాల్ బుల్లెట్‌ల వంటి వార్షిక గ్రీజు రింగులను బుల్లెట్‌లో పొందుపరచలేదు కాబట్టి, లోడ్‌ని సులభతరం చేయడానికి గ్రీజు కాగితపు స్ట్రిప్‌తో చుట్టబడింది. వాటర్‌ప్రూఫింగ్ కోసం గుళిక కూడా తేనెటీగ మరియు మటన్ టాలో యొక్క పలుచని మిశ్రమంతో కప్పబడి ఉంటుంది

తన రైఫిల్‌ను లోడ్ చేయడానికి, సిపాయి ముందుగా పౌడర్‌ను బారెల్‌లో పోయడానికి కాట్రిడ్జ్ వెనుక భాగాన్ని కొరికి వేయాలి. తర్వాత అతను ట్యూబ్‌ను విలోమం చేశాడు (ప్రొజెక్టైల్ క్యాట్రిడ్జ్ టేస్ పైకి ఉంచబడింది), ముగింపు భాగాన్ని బుల్లెట్ యొక్క సుమారు లోతు వరకు మూతిలోకి నెట్టి, మిగిలిన కాగితాన్ని చించివేసాడు. బుల్లెట్‌ను ఛార్జ్ పైన సులభంగా దూసుకుపోవచ్చు.

హిందువులు ఆవులను పవిత్రంగా భావిస్తారు మరియు ముస్లింలు పందులను మురికిగా పరిగణిస్తారు కాబట్టి, స్థానిక సిపాయిలకు దాని ఉపయోగంలో రిజర్వేషన్లు ఉంటాయని ఆశించవచ్చు. అందువల్ల కంపెనీ ఈ వాస్తవాన్ని అణచివేసింది. ఆ విధంగా, ఇది ఒక పుకారుగా బయటకు వచ్చినప్పుడు, అది వచ్చింది అన్ని రకాల పుకార్లు వ్యాపించడం ప్రారంభించినందున మరింత హానికరమైన ప్రభావం. ఉదాహరణకు, బ్రిటీష్ వారు తమ సిపాయిలను క్రైస్తవ మతంలోకి మార్చడానికి వారిని బలవంతంగా సమాజంలో బహిష్కరించాలని యోచిస్తున్నారని భావించారు. బ్రిటీష్ వారు సిపాయిలకు పంచిన గోధుమ పిండిని ఎద్దుల ఎముకల పిండితో కల్తీ చేశారని మరొక పుకారు చెప్పింది. బెంగాల్ స్థానిక పదాతిదళంలో అధిక సంఖ్యలో సిపాయిలు ఔధ్,

పూర్వాంచల్ మరియు పశ్చిమ బీహార్ నుండి వచ్చిన బ్రాహ్మణులు కావడం వల్ల విషయం మరింత దిగజారింది. బ్రాహ్మణులు సాధారణంగా హిందువులు, కాబట్టి శాఖాహారులు కాబట్టి, వారు మాంసం తినకూడదు లేదా ముట్టుకోకూడదు, ప్రతిఘటన మరింత బలంగా ఉంది. కమాండర్-ఇన్-చీఫ్, జనరల్ జార్జ్ అన్సన్ ఈ సంక్షోభానికి ప్రతిస్పందిస్తూ, "నేను వారి మృగపూరిత పక్షపాతాలకు ఎప్పటికీ లొంగిపోను" అని చెప్పాడు మరియు అతని జూనియర్ అధికారుల విజ్ఞప్తి ఉన్నప్పటికీ, అతను రాజీపడలేదు. తరువాత, బ్రిటీష్ వారు నెయ్యి (స్పష్టమైన వెన్న)తో తయారు చేసిన వారి స్వంత గ్రీజును ఉపయోగించుకునేలా సిపాయిలను అనుమతించడం ద్వారా అసంతృప్తిని తగ్గించాలని ఆలోచించారు. లార్డ్ కానింగ్ ఈ ప్రభావానికి మేజర్-జనరల్ హియర్సీ ప్రతిపాదనను ఆమోదించాడు. అయితే, మీరట్‌కు చెందిన అడ్జుటెంట్-జనరల్ ఆఫ్ ఆర్మీ కల్నల్ C. చెస్టర్ ఈ ప్రతిపాదనను తిరస్కరించారు, ఇది నేరాన్ని అంగీకరించినట్లేనని, అందువల్ల విషయాన్ని మరింత దిగజార్చవచ్చని భావించారు.

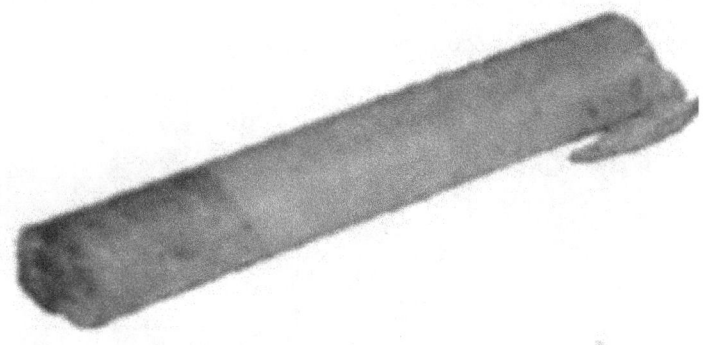

సిపాయిలు మటన్ ఫ్యాట్‌తో జిడ్డు వేసిన కాట్రిడ్జ్‌లను ఏళ్ల తరబడి ఉపయోగిస్తున్నారని, అందుకే ఇప్పుడు లొంగిపోయేందుకు కారణం లేదని అతను తప్పుగా చెప్పాడు. అయితే ఈ వాదన సరైనది కాదు ఎందుకంటే స్థానిక సిపాయిలు అప్పటి వరకు బ్రౌన్ బెస్ మస్కెట్‌లను మాత్రమే ఉపయోగించారు, దీని కోసం అద్ది కాగితపు గుళికలు ఉపయోగించబడ్డాయి. నెయ్యి వినియోగాన్ని అనుమతించే ఉత్తర్వును ప్రభుత్వం స్వయంగా ఒప్పించి, రద్దు చేసింది.

మీరట్ & ఢిల్లీ

ఈరుట్ మరొక పెద్ద సైనిక కంటోన్మెంట్. అక్కడ 2,357 మంది భారతీయ సిపాయిలు మరియు 2,038 మంది బ్రిటీష్ సైనికులు 12 బ్రిటిష్-మానవ తుపాకీలతో ఉన్నారు.. బెంగాల్ సైన్యంలోని అశాంతి పరిస్థితి అందరికీ తెలిసినప్పటికీ, ఏప్రిల్ 24న, 3డి బెంగాల్ లైట్ అశ్విక దళం యొక్క సానుభూతి లేని కమాండింగ్ ఆఫీసర్ తన 90 మందిని ఆదేశించాడు. కవాతు మరియు ఫైరింగ్ కసరత్తులు నిర్వహించడానికి. పరేడ్‌లో ఉన్న 5 మంది మినహా అందరూ వారి గుళికలను అంగీకరించడానికి నిరాకరించారు. మే 9న, మిగిలిన 85 మందిని కోర్టు మార్షల్ చేయగా, చాలా మందికి కఠిన శ్రమతో కూడిన 10 సంవత్సరాల జైలు శిక్ష విధించబడింది. పదకొండు మంది యువ సైనికులకు 5 సంవత్సరాల జైలు శిక్ష విధించబడింది. మొత్తం దండును ఊరేగించారు మరియు ఖండించిన పురుషులు వారి యూనిఫాంలను తీసివేసి సంకెళ్ళలో ఉంచినప్పుడు వీక్షించారు. వారు జైలుకు వెళ్ళినప్పుడు, ఖండించబడిన సైనికులు వారికి మద్దతు ఇవ్వడంలో విఫలమైనందుకు వారి సహచరులను తిట్టారు.

మరుసటి రోజు ఆదివారం. ఖైదు చేయబడిన సైనికులను బలవంతంగా విడుదల చేయడానికి ప్రణాళికలు సిద్ధం చేస్తున్నాయని కొంతమంది భారతీయ సైనికులు జూనియర్ బ్రిటీష్ అధికారులను హెచ్చరించారు, కాని సీనియర్ అధికారులు ఎటువంటి చర్య తీసుకోలేదు. మీరట్ నగరంలో కూడా అశాంతి నెలకొంది, బజార్‌లో కోపంతో

నిరసనలు మరియు కొన్ని భవనాలకు నిప్పు పెట్టారు. సాయంత్రం, చాలా మంది బ్రిటీష్ అధికారులు చర్చికి హాజరు కావడానికి సిద్ధమవుతున్నారు, అయితే చాలా మంది బ్రిటీష్ సైనికులు డ్యూటీకి దూరంగా ఉన్నారు మరియు మీరట్‌లోని క్యాంటీన్‌లలోకి లేదా బజార్‌లోకి వెళ్లారు. 3వ అశ్విక దళం నేతృత్వంలోని భారత దళాలు తిరుగుబాటుకు దిగాయి. మొదటి వ్యాప్తిని అరికట్టడానికి ప్రయత్నించిన బ్రిటీష్ జూనియర్ అధికారులు వారి స్వంత వ్యక్తులచే చంపబడ్డారు. బ్రిటీష్ అధికారులు మరియు పౌరుల నివాసాలపై దాడి జరిగింది మరియు 4 పౌర పురుషులు, 8 మంది మహిళలు మరియు 8 మంది పిల్లలు మరణించారు. బజార్‌లో ఉన్న జనాలు అక్కడ విధులు నిర్వర్తిస్తున్న సైనికులపై కూడా దాడి చేశారు. సిపాయిలు 800 మంది ఇతర ఖైదీలతో పాటు (రుణగ్రహీతలు మరియు నేరస్థులు) జైలులో ఉన్న తమ 85 మంది సహచరులను జైలు నుండి విడిపించారు.

కొంతమంది సిపాయిలు (ముఖ్యంగా 11వ బెంగాల్ స్థానిక పదాతిదళం నుండి) తిరుగుబాటులో చేరడానికి ముందు విశ్వసనీయ బ్రిటీష్ అధికారులు మరియు మహిళలు మరియు పిల్లలను సురక్షితంగా తీసుకెళ్లారు. కొంతమంది అధికారులు మరియు వారి కుటుంబాలు రాంపూర్‌కు పారిపోయారు, అక్కడ వారు నవాబు వద్ద ఆశ్రయం పొందారు. దాదాపు 50 మంది భారతీయ పౌరులు (వీరిలో కొందరు తమ యజమానులను రక్షించడానికి లేదా దాచడానికి ప్రయత్నించిన అధికారుల సేవకులు) కూడా సిపాయిలచే చంపబడ్డారు. మీరట్‌లో తిరుగుబాటు సమయంలో మరణించిన బ్రిటీష్ వారి సంఖ్య మరియు మరణం యొక్క అతిశయోక్తి కథలు తరువాత తిరుగుబాటును అణిచివేసేటప్పుడు అమాయక భారతీయ పౌరులు మరియు తిరుగుబాటు చేసిన సిపాయిలపై అత్యంత హింసాత్మక ప్రతీకార చర్యలకు బ్రిటీష్ దళాలకు ఒక సాకు అందించాయి.

సీనియర్ బ్రిటీష్ అధికారులు, ప్రత్యేకించి మేజర్ జనరల్ హెవిట్, డివిజన్ యొక్క కమాండర్ (దాదాపు డెబ్బై సంవత్సరాల వయస్సు మరియు ఆరోగ్యం సరిగా లేదు) ప్రతిస్పందించడానికి నెమ్మదిగా ఉన్నారు. బ్రిటీష్ దళాలు (ప్రధానంగా 60వ రైఫిల్స్ యొక్క 1వ బెటాలియన్ మరియు బెంగాల్ ఆర్టిలరీకి చెందిన రెండు యూరోపియన్-మానవ బ్యాటరీలు) ర్యాలీ చేశారు, కానీ తిరుగుబాటుదారులను నిమగ్నం చేయడానికి ఎటువంటి ఆదేశాలు అందుకోలేదు మరియు వారి స్వంత ప్రధాన కార్యాలయాలు మరియు ఆయుధశాలలను మాత్రమే కాపాడుకోగలిగారు. ఎప్పుడు, ఉదయం మే 11న

వారు దాడికి సిద్ధమయ్యారు, వారు మీరట్‌లో ఉన్నట్లు గుర్తించారు నిశ్శబ్దంగా మరియు తిరుగుబాటుదారులు ఢిల్లీకి బయలుదేరారు. అదే ఉదయం, 3వ అశ్వికదళానికి చెందిన మొదటి పార్టీలు ఢిల్లీకి చేరుకున్నాయి. ప్యాలెస్‌లోని కింగ్స్ అపార్ట్‌మెంట్‌ల కిటికీల క్రింద నుండి, వారు తమను గుర్తించి నడిపించమని ఆయనను పిలిచారు. బహదూర్ షా ఈ సమయంలో ఏమీ చేయలేదు, కానీ రాజభవనంలోని ఇతరులు తిరుగుబాటులో చేరారు. పగటిపూట తిరుగుబాటు వ్యాపించింది. బ్రిటీష్ అధికారులు మరియు వారిపై ఆధారపడినవారు, భారతీయ క్రైస్తవులు మరియు నగరంలోని దుకాణదారులపై కొందరు సిపాయిలు మరియు మరికొందరు అల్లరిమూకల సమూహాలచే దాడి చేయబడ్డారు. రాజభవనం వెలుపల ఉన్న ప్రాంగణంలో ఉన్న ఒక పీపుల్ చెట్టు కింద కొంతమంది రాజు సేవకులు యాభై మంది వరకు చంపబడ్డారు. నగరంలో లేదా సమీపంలో బెంగాల్ స్థానిక పదాతిదళానికి చెందిన మూడు బెటాలియన్లు ఉన్నాయి. కొన్ని డిటాచ్‌మెంట్‌లు త్వరగా తిరుగుబాటులో చేరాయి, మరికొందరు వెనక్కి తగ్గారు కానీ తిరుగుబాటుదారులపై చర్య తీసుకోవడానికి ఆదేశాలను పాటించడానికి నిరాకరించారు. మధ్యాహ్నం, నగరంలో హింసాత్మక పేలుడు అనేక మైళ్ల వరకు వినిపించింది. పెద్ద ఎత్తున ఆయుధాలు మరియు మందుగుండు సామగ్రిని కలిగి ఉన్న ఆయుధాగారం తిరుగుబాటుదారుల చేతుల్లోకి వస్తుందనే భయంతో, అక్కడ ఉన్న తొమ్మిది మంది బ్రిటిష్ ఆర్డినెన్స్ అధికారులు తమ సొంత

కాపలాదారులతో సహా సిపాయిలపై కాల్పులు జరిపారు. ప్రతిఘటన నిరాశాజనకంగా కనిపించినప్పుడు,

వారు ఆయుధశాలను పేల్చివేశారు. తొమ్మిది మంది అధికారులలో ఆరుగురు ప్రాణాలతో బయటపడినప్పటికీ, పేలుడు వీధులు మరియు సమీపంలోని ఇళ్ళు మరియు ఇతర భవనాలలో చాలా మందిని చంపింది. ఈ సంఘటనల వార్త చివరకు ఢిల్లీ చుట్టూ ఉన్న సిపాయిలను బహిరంగ తిరుగుబాటుకు దారితీసింది. సిపాయిలు ఆయుధాగారం నుండి కనీసం కొన్ని ఆయుధాలను రక్షించగలిగారు మరియు ఢిల్లీ వెలుపల రెండు మైళ్ల దూరంలో 3,000 బారెల్స్ గన్‌పౌడర్‌ను కలిగి ఉన్న ఒక పత్రిక ప్రతిఘటన లేకుండా స్వాధీనం చేసుకుంది.

అనేక మంది పారిపోయిన బ్రిటీష్ అధికారులు మరియు పౌరులు ఢిల్లీకి ఉత్తరాన ఉన్న ఫ్లాగ్‌స్టాఫ్ టవర్ వద్ద సమావేశమయ్యారు, అక్కడ టెలిగ్రాఫ్ ఆపరేటర్లు ఈవెంట్‌ల వార్తలను ఇతర బ్రిటిష్ స్టేషన్‌లకు పంపుతున్నారు. ఎటువంటి సహాయం అందలేదని తేలినప్పుడు, వారు కర్నాల్‌కు బండిల్లో బయలుదేరారు. ప్రధాన శరీరం నుండి విడిపోయిన వారు లేదా ఫ్లాగ్‌స్టాఫ్ టవర్‌ను చేరుకోలేని వారు కూడా కాలినడకన కర్నాల్‌కు బయలుదేరారు. కొంతమందికి దారిలో గ్రామస్థులు సహాయం చేసారు, మరికొందరు దోచుకున్నారు లేదా హత్య చేయబడ్డారు.

మరుసటి రోజు, బహదూర్ షా తన మొదటి అధికారిక న్యాయస్థానాన్ని చాలా సంవత్సరాలు నిర్వహించాడు. దీనికి చాలా మంది ఉత్సాహంగా లేదా వికృత సిపాయిలు హాజరయ్యారు. జరిగిన పరిణామాలతో రాజు ఆందోళన చెందాడు, కానీ చివరికి సిపాయిల విధేయతను అంగీకరించాడు మరియు తిరుగుబాటుకు తన ముఖాన్ని ఇచ్చేందుకు అంగీకరించాడు.

మద్దతు & వ్యతిరేకత

తిరుగుబాటు ఇప్పుడు సాయుధ దళాలకు మించి వ్యాపించింది, కానీ T అది భారతదేశం అంతటా పూర్తి ప్రజా తిరుగుబాటుకు దారితీయలేదు. భారతదేశం పూర్తిగా ఏకం కాలేదు. బహదూర్ షా జఫర్ సామ్రాజ్య సింహాసనానికి పునరుద్ధరించబడినప్పుడు, మరాఠా పాలకులు కూడా సింహాసనాన్ని అధిష్టించాలని కోరుకునే ఒక వర్గం, మరియు ఔదీలు తమ నవాబ్ కలిగి ఉన్న అధికారాలను నిలుపుకోవాలని కోరుకున్నారు.

యుద్ధం ప్రధానంగా భారతదేశంలోని ఉత్తర మరియు మధ్య ప్రాంతాలలో కేంద్రీకృతమై ఉంది. ఢిల్లీ, లక్నో, కాన్పూర్, ఝాన్సీ, బరేలీ, అర్రా మరియు జగదీష్‌పూర్ ప్రధాన సంఘర్షణ కేంద్రాలు. అర్రా మరియు జగదీష్‌పూర్‌లోని భోజ్‌పురియాలు మరాఠాలకు మద్దతు ఇచ్చారు. మరాఠాలు, రోహిల్లాలు మరియు ఔదీలు బహదూర్ షా జఫర్‌కు మద్దతునిచ్చారు మరియు బ్రిటిష్ వారికి వ్యతిరేకంగా ఉన్నారు.

మిలీనేరియన్ అహ్మదుల్లా షాతో సహా మౌలానా ఫజల్-ఎ-హక్ ఖైరాబాదీ వంటి ముస్లిం నాయకులు జిహాద్ కోసం పిలుపునిచ్చేవారు, ముస్లింలు, ముఖ్యంగా ముస్లిం కళాకారులు దీనిని చేపట్టారు, ఈ సంఘటన వెనుక ముస్లింలు ప్రధాన శక్తిగా బ్రిటిష్ వారు భావించారు. ఔద్‌లో, సున్నీ ముస్లింలు షియా పాలనకు తిరిగి రావాలని కోరుకోలేదు, కాబట్టి వారు తరచుగా షియా తిరుగుబాటుగా భావించిన వాటిలో చేరడానికి నిరాకరించారు. అయినప్పటికీ, ఆగాఖాన్ వంటి కొంతమంది ముస్లింలు బ్రిటిష్ వారికి మద్దతు ఇచ్చారు. అతని బిరుదును అధికారికంగా గుర్తించడం ద్వారా బ్రిటిష్ వారు అతనికి బహుమతి ఇచ్చారు. మొఘల్ చక్రవర్తి, బహదూర్ షా, మతపరమైన హింస చెలరేగుతుందనే భయంతో ఈ పిలుపులను ప్రతిఘటించాడు.

థానా భవన్‌లో సున్నీలు హాజీ ఇమ్దాదుల్లాను తమ అమీర్‌గా ప్రకటించారు. మే 1857లో హాజీ ఇమ్దాదుల్లా మరియు బ్రిటీష్ దళాల మధ్య షామ్లీ యుద్ధం జరిగింది. 1857లో, బెంగాల్ సైన్యంలో 12,000 మంది బ్రిటీష్, 16,000 పంజాబీ మరియు 1,500 మంది గూర్ఖా సైనికులు ఉన్నారు (మొత్తం 311,000 స్థానిక దళాలలో (వీటిలో మొత్తం 86,000 మంది పురుషులు బెంగాల్ సైన్యంలో ఉన్నారు) మరియు 40,160 మంది యూరోపియన్ దళాలు (అలాగే 5,3 ఆఫీసర్లు) బెంగాల్ సైన్యం యొక్క డెబ్బై-

ఐదు సాధారణ స్థానిక పదాతిదళ రెజిమెంట్లలో యాభై నాలుగు తిరుగుబాటు చేశాయి, అయితే కొన్ని వెంటనే ధ్వంసం చేయబడ్డాయి లేదా వారి సిపాయిలు తమ ఇళ్లకు దూరంగా వెళ్లిపోవడంతో విడిపోయారు. దాదాపుగా మిగిలిన వారందరూ తిరుగుబాటును నిరోధించడానికి లేదా నిరోధించడానికి నిరాయుధీకరించబడ్డారు లేదా రద్దు చేయబడ్డారు. బెంగాల్ లైట్ కావల్రీ రెజిమెంట్లు తిరుగుబాటు చేశాయి.

బెంగాల్ సైన్యంలో ఇరవై తొమ్మిది ఇర్రెగ్యులర్ కావల్రీ మరియు నలభై రెండు ఇర్రెగ్యులర్ ఇన్ఫాంట్రీ రెజిమెంట్‌లు కూడా ఉన్నాయి. వీరిలో ఇటీవల విలీనమైన ఔద్ రాష్ట్రం నుండి గణనీయమైన బృందం ఉంది, ఇది సామూహికంగా తిరుగుబాటు చేసింది. గ్వాలియర్ నుండి మరొక పెద్ద దళం కూడా తిరుగుబాటు చేసింది, అయినప్పటికీ ఆ రాష్ట్ర పాలకుడు బ్రిటీష్ వారికి మిత్రపక్షంగా ఉన్నాడు. మిగిలిన సక్రమంగా లేని యూనిట్లు అనేక రకాల మూలాధారాల నుండి సేకరించబడ్డాయి మరియు ప్రధాన స్రవంతి భారతీయ సమాజం

యొక్క ఆందోళనలచే తక్కువగా ప్రభావితం చేయబడ్డాయి. ముఖ్యంగా మూడు సంస్థలు బ్రిటిష్ వారికి చురుకుగా మద్దతునిచ్చాయి; మూడు గూర్ఖా మరియు ఐదు (ఆరులో) సిక్కు పదాతిదళ యూనిట్లు, మరియు ఆరు పదాతిదళం మరియు ఆరు అశ్వికదళ యూనిట్లు ఇటీవల పెంచబడిన పంజాబ్ అక్రమ దళం. ఏప్రిల్ 1, 1858న విశ్వాసపాత్రులైన భారతీయ సైనికుల సంఖ్య (లోపల బెంగాల్ సైన్యం) బ్రిటిష్ వారికి 80,053. అయితే, ఈ మొత్తంలో తిరుగుబాటు ప్రారంభమైన తర్వాత పంజాబ్ మరియు వాయువ్య సరిహద్దులో పెద్ద సంఖ్యలో సైనికులు త్వరత్వరగా పెంచబడ్డారు. బొంబాయి సైన్యం దాని 29 రెజిమెంట్లలో మూడు తిరుగుబాట్లను కలిగి ఉంది, అయితే మద్రాస్ సైన్యంలో ఒక తిరుగుబాటు లేదు. దాని 52 రెజిమెంట్‌లు బెంగాల్‌లో సేవ చేయడానికి స్వచ్ఛందంగా నిరాకరించాయి.

అడపాదడపా మరియు అస్థిరమైన హింసాకాండతో దక్షిణ భారతదేశంలోని చాలా భాగం నిష్క్రియంగా ఉంది. ఈ ప్రాంతంలోని అనేక ప్రాంతాలు నిజాంలు లేదా మైసూర్ రాచరికంచే పరిపాలించబడినందున చాలా రాష్ట్రాలు యుద్ధంలో పాల్గొనలేదు మరియు నేరుగా బ్రిటిష్ పాలనలో లేవు.

తిరుగుబాటు

బి అహదూర్ షా జాఫర్ తనను తాను భారతదేశం మొత్తానికి చక్రవర్తిగా ప్రకటించుకున్నాడు. అయితే చాలా సమకాలీన మరియు ఆధునిక ఖాతాలు అతను సిపాయిలు మరియు అతని సభికులచే బలవంతం చేయబడినట్లు సూచిస్తున్నాయి- అతని స్వంత ఇష్టానికి వ్యతిరేకంగా-ప్రకటనపై సంతకం చేయడానికి. పౌరులు, ప్రభువులు మరియు ఇతర ప్రముఖులు చక్రవర్తికి విధేయతగా ప్రమాణం చేశారు. చక్రవర్తి తన పేరు మీద నాణేలను విడుదల చేశాడు, ఇది ఇంపీరియల్ హోదాను నిర్ధారించే పురాతన మార్గాలలో ఒకటి, మరియు అతని పేరు ఖుత్బాకు జోడించబడింది, ముస్లింలు అతను తమ రాజు అని అంగీకరించారు. అయితే ఈ ప్రకటన పంజాబ్‌లోని సిక్కులను తిరుగుబాటు నుండి దూరం చేసింది, ఎందుకంటే వారు మొఘల్ పాలకులకు వ్యతిరేకంగా అనేక యుద్ధాలు చేసి ఇస్లామిక్ పాలనకు తిరిగి రావడానికి ఇష్టపడలేదు.

బెంగాల్ ప్రావిన్స్ మొత్తం కాలమంతా నిశ్శబ్దంగా ఉంది. ఆ సమయంలో, బెంగాల్ బ్రిటీష్ వారి అనేక 'ఆధునికీకరణ' భావనలను అమలు చేసిన ప్రావిన్స్, మరియు ప్రపంచవ్యాప్తంగా ఏమి జరుగుతుందో బాగా చదువుకున్న మరియు అవగాహన ఉన్న చాలా మంది మేధావులు ఉన్నారు.

ప్రారంభంలో, భారత సైనికులు కంపెనీ బలగాలను గణనీయంగా వెనక్కి నెట్టగలిగారు మరియు హర్యానా, బీహార్, సెంట్రల్ ప్రావిన్సులు మరియు యునైటెడ్ ప్రావిన్స్‌లలోని అనేక ముఖ్యమైన పట్టణాలను స్వాధీనం చేసుకున్నారు. బ్రిటీష్ వారిని బలపరిచి, ఎదురుదాడి చేయడం ప్రారంభించినప్పుడు, తిరుగుబాటు చేసిన సిపాయిలు ప్రత్యేకించి కేంద్రీకృత కమాండ్ అండ్ కంట్రోల్ సిస్టమ్ లేకపోవడం వల్ల వికలాంగులయ్యారు. వారు బఖ్త్ ఖాన్ (అతని కుమారుడు మీర్జా మొఘల్ అసమర్థతను నిరూపించిన తర్వాత చక్రవర్తి తరువాత కమాండర్-ఇన్-చీఫ్‌గా నామినేట్ చేయబడ్డాడు) వంటి సహజ నాయకులను తయారు చేసినప్పటికీ, చాలా వరకు వారు రాజులు మరియు యువరాజులకు నాయకత్వం వహించవలసి వచ్చింది. వీరిలో కొందరు అంకితభావంతో ఉన్న నాయకులను నిరూపించుకునేవారు, అయితే ఇతరులు స్వీయ-ఆసక్తి లేదా పనికిమాలినవారు.

హర్యానాకు చెందిన రావు తులతం, ప్రాణ్ సుఖ్ యాదవ్‌తో కలిసి నసిబ్‌పూర్‌లో బ్రిటిష్ సైన్యంతో పోరాడారు, ఆపై క్రిమియాలో బ్రిటిష్ వారితో యుద్ధంలో ఉన్న రష్యా నుండి ఆయుధాలు సేకరించడానికి వెళ్లారు, కానీ అతను మార్గమధ్యంలో మరణించాడు. పెషావర్‌కు చెందిన ఒక గిరిజన నాయకుడు సహాయం అందించమని లేఖ పంపినప్పుడు, ఖజానా ఖాళీగా ఉంది మరియు సైన్యం అదుపు చేయలేని కారణంగా ఢిల్లీకి రావద్దని రాజు సమాధానం ఇచ్చాడు.

ఢిల్లీ ముట్టడి

ఢిల్లీ ముట్టడి అనేది 1857 నాటి భారతీయ తిరుగుబాటు లేదా మొదటి భారత స్వాతంత్ర్య యుద్ధం యొక్క నిర్ణయాత్మక సంఘర్షణలలో ఒకటి.
బ్రిటీష్ ఈస్ట్ ఇండియా కంపెనీ అధికారానికి వ్యతిరేకంగా తిరుగుబాటు ఉత్తర భారతదేశంలో చాలా వరకు విస్తృతంగా వ్యాపించింది, అయితే ముఖ్యంగా అది బెంగాల్ ప్రెసిడెన్సీలో కంపెనీ స్వయంగా లేవనెత్తిన ఆర్మీ యూనిట్ల సిపాయిల సామూహిక తిరుగుబాటు ద్వారా ప్రేరేపించబడింది. అస్సాం నుండి పెషావర్ వరకు విస్తారమైన ప్రాంతాన్ని కవర్ చేసింది). దాని చుట్టూ ర్యాలీ చేయాలనే చిహ్నాన్ని కోరుతూ, తిరుగుబాటు చేసిన మొదటి సిపాయిలు మునుపటి శతాబ్దాలలో భారతదేశంలోని చాలా భాగాన్ని పరిపాలించిన మొఘల్ సామ్రాజ్యం యొక్క అధికారాన్ని పునరుద్ధరించడానికి ప్రయత్నించారు. మొత్తం దిశానిర్దేశం లేకపోవడంతో, తిరుగుబాటు చేసిన చాలా మంది కూడా ఢిల్లీకి తరలి వచ్చారు.

ఇది రెండు కారణాల వల్ల ముట్టడిని నిర్ణయాత్మకంగా చేసింది. మొదటిగా, పెద్ద సంఖ్యలో తిరుగుబాటుదారులు ఒకే స్థిర బిందువును రక్షించడానికి కట్టుబడి ఉన్నారు, బహుశా వారి అవకాశాలను మరెక్కడా దెబ్బతీయవచ్చు మరియు ఢిల్లీలో వారి ఓటమి చాలా పెద్ద సైనిక తిరోగమనం. రెండవది, బ్రిటీష్ ఢిల్లీని తిరిగి స్వాధీనం చేసుకోవడం మరియు వృద్ధాప్యంలో ఉన్న మొఘల్ చక్రవర్తి బహదూర్ షా II పోరాటాన్ని

కొనసాగించడానికి నిరాకరించడంతో, తిరుగుబాటు దాని జాతీయ స్వభావాన్ని కోల్పోయింది. తిరుగుబాటుదారులు ఇప్పటికీ పెద్ద ప్రాంతాలను కలిగి ఉన్నప్పటికీ, వారి మధ్య తక్కువ సమన్వయం ఉంది మరియు బ్రిటిష్ వారు వాటిని విడిగా అధిగమించగలిగారు.

బ్రిటీష్ ఈస్టిండియా కంపెనీ బెంగాల్ సైన్యంలోని సిపాయిల (భారత సైనికులు) మధ్య అనేక సంవత్సరాలపాటు పెరిగిన ఉద్రిక్తత తర్వాత, ఢిల్లీకి వాయువ్యంగా 60 మైళ్ల దూరంలో ఉన్న మీరట్‌లోని సిపాయిలు తమ బ్రిటిష్ అధికారులపై బహిరంగంగా తిరుగుబాటు చేశారు. ఫ్లాష్‌పాయింట్ కొత్త ఎన్‌ఫీల్డ్ రైఫిల్‌ను పరిచయం చేసింది. దీని కోసం కాట్రిడ్జ్‌లు ఆవు మరియు పంది కొవ్వు మిశ్రమంతో జిడ్డుగా ఉన్నాయని విస్తృతంగా నమ్ముతారు మరియు రైఫిల్‌ను లోడ్ చేస్తున్నప్పుడు వాటిని తెరిచి కొరుకడం (డ్రిల్ పుస్తకాలకు అవసరమైనది) కాబట్టి హిందూ మరియు ముస్లిం సైనికులను అపవిత్రం చేస్తుంది.

మీరట్‌లో ఉన్న 3డి బెంగాల్ అశ్విక దళానికి చెందిన 85 మంది పురుషులు తమ కాట్రిడ్జ్‌లను స్వీకరించడానికి నిరాకరించారు. వారు త్వరత్వరగా కోర్టు మార్షల్ చేయబడ్డారు, మరియు మే 9, 1857న వారికి సుదీర్ఘకాలం జైలు శిక్ష విధించబడింది మరియు దండులోని బ్రిటీష్ మరియు బెంగాల్ రెజిమెంట్ల ముందు ఐరన్లలో ఊరేగించారు. మరుసటి రోజు సాయంత్రం, బెంగాల్ రెజిమెంట్ల (3 లైట్ కావల్రీ, 11 మరియు 20వ పదాతిదళం) సైనికులు తిరుగుబాటు చేసి, ఖైదు చేయబడిన సైనికులను విడుదల చేసి, వారి కంటోన్మెంట్‌లో వారి బ్రిటిష్ అధికారులను మరియు అనేక మంది బ్రిటిష్ పౌరులను చంపారు. 3" లైట్ అశ్వికదళం యొక్క ఒక దళం తిరుగుబాటు చేయలేదు మరియు అంతటా విధేయతతో ఉంది.

మీరట్‌లోని సీనియర్ బ్రిటీష్ అధికారులు ఆశ్చర్యానికి గురయ్యారు. బెర్హంపూర్, బరాక్‌పూర్ మరియు అంబాలా వద్ద అశాంతి చెలరేగిన తర్వాత బెంగాల్ సైన్యం మధ్య అసంతృప్తి గురించి వారికి తగినంత హెచ్చరిక ఉన్నప్పటికీ, మీరట్‌లో బ్రిటిష్ మరియు భారతీయ దళాల నిష్పత్తి భారతదేశంలో ఎక్కడా లేనంత ఎక్కువగా ఉందని వారు భావించారు. రిస్క్ ఓపెన్ కాదు తిరుగుబాటు. అదృష్టవశాత్తూ ఎలాంటి ప్రమాదం జరగలేదు. ఆదివారం నాడు బెంగాల్ రెజిమెంట్లు తిరుగుబాటుకు దిగాయి, బ్రిటిష్ సైనికులు ఆయుధాలు లేకుండా సాయంత్రం చర్చి కవాతుకు హాజరైనప్పుడు. పెరుగుతున్న వేడి వేసవి వాతావరణం కారణంగా, మే 10 న చర్చి సేవలు మునుపటి

వారాల కంటే అరగంట ఆలస్యంగా జరిగాయి, మరియు వ్యాప్తి సంభవించినప్పుడు, బ్రిటిష్ దళాలు ఇంకా తమ బ్యారక్‌లను విడిచిపెట్టలేదు మరియు త్వరగా సమీకరించబడతాయి మరియు సాయుధమయ్యాయి.

మీరట్‌లోని బ్రిటీష్ కమాండర్లు తమ సొంత మార్గాలను సమర్థించుకోవడం మినహా, సమీపంలోని దండులు లేదా స్టేషన్‌లకు తెలియజేయకుండా తక్కువ చర్య తీసుకున్నారు. (టెలిగ్రాఫ్ కట్ చేయబడింది, అయితే సిపాయిల కంటే ముందే డిస్పాచ్ రైడర్లు సులభంగా ఢిల్లీకి చేరుకునేవారు, వారిని వెంటనే పంపించి ఉంటే.) వారు కంటోన్మెంట్‌లో బ్రిటిష్ దళాలను సమీకరించి, మే 11న తిరుగుబాటు సైనికులను చెదరగొట్టడానికి సిద్ధమైనప్పుడు, వారు కనుగొన్నారు వారు ఢిల్లీకి పాదయాత్రగా బయలుదేరారు.

రెబెల్స్ ఢిల్లీని స్వాధీనం చేసుకోవడం

ఆ సమయంలో ఢిల్లీ బ్రిటీష్ పరిపాలనలో ప్రధాన కేంద్రం కాదు, అయితే బ్రిటీష్ అధికారులు నగరం యొక్క ఆర్థిక మరియు కోర్టులను నియంత్రించారు. ఇది మొఘల్ సామ్రాజ్యం యొక్క రాజధాని, ఇది మునుపటి శతాబ్దంలో చాలా తక్కువగా ఉంది. చక్రవర్తి, బహదూర్ షా II, ఎనభై రెండు సంవత్సరాల వయస్సులో, బిరుదు అతనితో చనిపోతుందని ఈస్ట్ ఇండియా కంపెనీ ద్వారా తెలియజేయబడింది.

ఢిల్లీలో బ్రిటిష్ సైన్యానికి చెందిన యూనిట్లు లేదా ఈస్ట్ ఇండియా కంపెనీకి చెందిన 'యూరోపియన్' యూనిట్లు లేవు. మూడు బెంగాల్ స్థానిక పదాతిదళ రెజిమెంట్లు (38, 54 మరియు 74° పదాతి దళం) నగరానికి వాయువ్యంగా రెండు మైళ్ల దూరంలో ఉన్న బ్యారక్స్‌లో ఉన్నాయి.

కాశ్మీర్ గేట్ సమీపంలోని గోడల లోపల ఉన్న 'మెయిన్ గార్డ్' భవనానికి, నగరంలోని ఆయుధశాల మరియు ఇతర భవనాలకు చిన్న గార్డులు మరియు వివరాలను అందించింది. యాదృచ్ఛికంగా, మే 11 తెల్లవారుజామున రెజిమెంట్లు పరేడ్ చేసినప్పుడు, వారి అధికారులు సంవత్సరం ప్రారంభంలో బరక్‌పూర్ సమీపంలో తిరుగుబాటు ప్రారంభించడానికి ప్రయత్నించిన సిపాయి మంగళ్ పాండేను

ఉరితీయడాన్ని మరియు అతని రద్దును ప్రకటించిన సాధారణ ఉత్తర్వును వారికి చదివి వినిపించారు. రెజిమెంట్ (34 BNI). ఇది శ్రేణుల్లో చాలా గుసగుసలు పుట్టించింది.

ఉదయం తరువాత, మీరట్ నుండి తిరుగుబాటుదారులు చాలా ఊహించని విధంగా వచ్చారు మరియు వారికి నాయకత్వం వహించమని చక్రవర్తిని పిలిచారు మరియు మూడు స్థానిక పదాతిదళ రెజిమెంట్‌ల సిపాయిలు మరియు చక్రవర్తి స్వంత టోకెన్ దళాలు తమ బ్రిటిష్ అధికారులపై తిరగబడాలని పిలుపునిచ్చారు. సిపాయిలు మొదట సంకోచించకుండా తిరుగుబాటు చేయడం ప్రారంభించారు మరియు నగరం నుండి మరియు చక్రవర్తి ప్యాలెస్ నుండి వచ్చిన గుంపులు చేరాయి. కొంతమంది సిపాయిలు బ్రిటీష్ వారికి సహాయం చేసారు, లేదా ఆయుధాగారం వద్ద ఉన్న బ్రిటిష్ అధికారులు (ఫిరంగి మరియు తుపాకీల నిల్వలను కలిగి ఉన్నారు) ఆయుధాగారం తిరుగుబాటుదారుల చేతుల్లోకి చెక్కుచెదరకుండా నిరోధించడానికి వారి స్వంత దళాలపై కాల్పులు జరిపే వరకు.

ఐదు గంటలపాటు నిస్సహాయ ప్రతిఘటన తర్వాత, ఆయుధాగారాన్ని రక్షించే ఆర్డినెన్స్ కార్ప్స్‌లోని తొమ్మిది మంది అధికారులు దాని పత్రికను పేల్చివేసి, సమీపంలోని అనేక మందిని చంపారు. ఆరుగురు డిఫెండర్లు తప్పించుకున్నారు మరియు ఐదుగురు విక్టోరియా క్రాస్ అందుకున్నారు.

తిరుగుబాటు దళాలు కొంతమంది బ్రిటీష్ పౌరులను చంపినట్లు ఆరోపణలు ఉన్నాయి, అయితే అల్లర్లు మరింత మందిని చంపారు. ఢిల్లీలోని దాదాపు సగం మంది బ్రిటీష్ పౌరులు మరియు నగర గోడలకు ఉత్తరాన ఉన్న సివిల్ లైన్స్‌లో, వారు తప్పించుకోగలిగారు మరియు వారు వీలైనంత ఉత్తమంగా పారిపోయారు, ముందుగా ఢిల్లీకి వాయువ్యంగా ఉన్న శిఖరంపై ఉన్న ఫ్లాగ్‌స్టాఫ్ టవర్‌కి టెలిగ్రాఫ్ ఆపరేటర్లు ప్రయత్నిస్తున్నారు. ఇతర బ్రిటిష్ వారిని హెచ్చరించడానికి. తిరుగుబాటు యొక్క స్టేషన్లు మరియు తరువాత కర్నాల్, పశ్చిమాన అనేక మైళ్ల దూరంలో ఉన్నాయి. కొందరు దారిలో గ్రామస్థులు సహాయం చేయగా, మరికొందరు దోపిడిదారుల బారిన పడ్డారు.

తిరుగుబాటుదారులు బహదూర్ షా సేవలో తమను తాము ప్రకటించుకున్నారు, అతను సంఘటనలతో కొట్టుకుపోయాడు. పరిపాలన నగరం మరియు దాని కొత్త ఆక్రమిత సైన్యం అస్తవ్యస్తంగా ఉంది, అయినప్పటికీ అది అస్తవ్యస్తంగా పని చేస్తూనే ఉంది. చక్రవర్తి తన పెద్ద కొడుకు మీర్జా మొఘల్‌ను తన సైన్యాలకు కమాండర్ ఇన్

చీఫ్‌గా నామినేట్ చేసాడు, అయితే మిర్జా మొఘుల్‌కు తక్కువ సైనిక అనుభవం ఉంది మరియు సిపాయిలచే తక్కువ గౌరవం పొందాడు. మీరట్‌లో తిరుగుబాటు మరియు ఢిల్లీని స్వాధీనం చేసుకున్న వార్తలు భారతదేశం అంతటా వేగంగా వ్యాపించాయి. తిరుగుబాటుదారుల నుండి వచ్చిన పుకార్లు మరియు దూతలు వార్తలను వేగంగా వ్యాప్తి చేసారు మరియు విస్తృతమైన తిరుగుబాట్లు మరియు తిరుగుబాట్లను ప్రేరేపించారు, అయితే బ్రిటీష్ వారు టెలిగ్రాఫ్‌కు ధన్యవాదాలు, ఢిల్లీలో జరిగిన సంఘటనల గురించి మరింత త్వరగా తెలుసుకున్నారు. స్టేషన్ల కమాండర్లు శక్తివంతంగా మరియు తమ సిపాయిలపై అపనమ్మకం ఉన్న చోట, వారు కొన్ని అత్యంత ప్రమాదకరమైన తిరుగుబాట్లను అరికట్టగలిగారు.

బ్రిటీష్ కదలికలు

హిమాలయాల దిగువన ఉన్న చల్లని హిల్ స్టేషన్లలో అనేక బ్రిటీష్ యూనిట్లు అందుబాటులో ఉన్నప్పటికీ, ఢిల్లీని తిరిగి స్వాధీనం చేసుకోవడానికి ఏదైనా చర్య తీసుకోవడానికి సమయం పట్టింది. ఇది కొంతవరకు రవాణా మరియు సరఫరాల కొరత కారణంగా ఉంది. రెండవ ఆంగ్లో-సిక్కు యుద్ధం ముగిసిన తరువాత, బెంగాల్ సైన్యం యొక్క రవాణా విభాగాలు ఆర్థిక చర్యగా రద్దు చేయబడ్డాయి మరియు రవాణాను మొదటి నుండి మెరుగుపరచవలసి వచ్చింది. అలాగే, చాలా మంది సీనియర్ బ్రిటీష్ అధికారులు డాటర్డ్‌లుగా విస్తృతంగా పరిగణించబడ్డారు,
నిర్ణయాత్మకంగా లేదా తెలివిగా వ్యవహరించడానికి చాలా వృద్ధాప్యం. అయినప్పటికీ, మే 17 నుండి అంబాలా నుండి కర్నాల్‌కు బ్రిటీష్ దళం తరలించగలిగింది, అక్కడ వారు మీరట్ నుండి బ్రిగేడియర్ ఆర్చ్‌డేల్ విల్సన్ (ఢిల్లీకి తిరుగుబాటు చేసిన సిపాయిల తరలింపును నిరోధించడంలో ప్రస్ఫుటంగా విఫలమయ్యారు.

మే 11న). బ్రిటీష్ కమాండర్-ఇన్-చీఫ్, జనరల్ అన్సన్ మే 27న కలరాతో కర్నాల్‌లో మరణించారు. జనరల్ బర్నార్డ్ ఆధ్వర్యంలో బ్రిటిష్ వారు ఢిల్లీపైకి వచ్చారు. జూన్ 8న, వారు ఢిల్లీకి పశ్చిమాన ఆరు మైళ్ల దూరంలో ఉన్న బద్లీ-కి-సెరాయ్ యుద్ధంలో పెద్ద కానీ అస్తవ్యస్తమైన తిరుగుబాటు దళాన్ని మైదానం నుండి తరిమికొట్టారు.

బ్రిటీష్ వారు ఢిల్లీ శిఖరాన్ని, దానికి పశ్చిమాన బెంగాల్ పదాతిదళ యూనిట్ల బ్యారక్‌లను స్వాధీనం చేసుకున్నారు. ధిక్కరణ మరియు ధిక్కార సూచనగా, వారు బ్యారక్‌లకు నిప్పు పెట్టారు. వేడి వాతావరణం మరియు వర్షాకాలంలో గుడారాలలో నివసించడాన్ని బ్రిటిష్ (మరియు వారి జబ్బుపడిన మరియు గాయపడిన మరియు పోరాట యోధులందరూ) ఖండించినందున ఇది తెలివిలేని చర్య.

ఈ శిఖరం గట్టి రాతితో, దాదాపు 60 అడుగుల ఎత్తుతో ఉంది మరియు నగర గోడలపై కాబూల్ గేట్‌కు తూర్పున 1,200 గజాల దూరంలో ఉన్న పాయింట్ నుండి నగరానికి ఉత్తరంగా మూడు మైళ్ల దూరంలో ఉన్న జమ్నా నది వరకు వెళ్లింది. అదృష్టవశాత్తూ బ్రిటీష్ వారికి, వారి శిబిరాలకు పశ్చిమాన జమ్నా నుండి ఒక కాలువ ప్రవహించింది, వారి శిబిరం వెనుక భాగాన్ని రక్షించడంతోపాటు తాగునీటిని కూడా అందించింది.

బ్రిటీష్ వారు రిడ్జ్ పైభాగంలో వివిధ కోటలను ఆక్రమించారు. సిర్మూర్ బెటాలియన్‌కు చెందిన గూర్ఖాలచే రక్షించబడిన నగరానికి అత్యంత సమీపంలో ఉన్న మరియు అత్యంత బహిర్గతమైన 'హిందూ రావు ఇల్లు' అని పిలువబడింది. దానికి దక్షిణాన గ్రామాలు మరియు గోడలతో కూడిన తోటల చిట్టడవి ఉంది, దీనిని సబ్జీ ముండి అని పిలుస్తారు, దీనిలో తిరుగుబాటు దళాలు బ్రిటీష్ కుడివైపు దాడులను ప్రారంభించే ముందు సేకరించవచ్చు.

ది సీజ్: జూన్-జులై

ఢిల్లీ బాగా పటిష్టంగా ఉందని మరియు తిరుగుబాటుకు లోనయ్యేలా బలంగా ఉంచబడిందని త్వరగా స్పష్టమైంది. బర్నార్డ్ జూన్ 13న దాడికి ఆదేశించాడు, కానీ ఆర్డర్లు గందరగోళం చెందాయి మరియు సకాలంలో అతని అధీనంలోని చాలా మందిని చేరుకోవడంలో విఫలమయ్యాయి. చాలా నిందారోపణల మధ్య దాడిని విరమించుకోవలసి వచ్చింది. దీని తరువాత, ముట్టడి చేసేవారిని బలోపేతం చేసే వరకు ఏదైనా దాడి విజయవంతం కావడానికి అసమానత చాలా ఎక్కువగా ఉందని అంగీకరించబడింది.

తిరుగుబాటు చేసిన సిపాయిలు మరియు స్వచ్ఛంద సేవకుల పెద్ద దళం ఢిల్లీకి చేరుకోవడం కొనసాగింది. బెంగాల్ సైన్యంలోని అశ్విక దళానికి చెందిన పది రెజిమెంట్‌లు మరియు పదిహేను పదాతిదళాలలో ఎక్కువ మంది తిరుగుబాటు చేసి జూన్ మరియు జులైలో పెద్ద సంఖ్యలో ఇతర అక్రమాలతో పాటు ఢిల్లీకి చేరుకున్నారు. ప్రతి కొత్త దళం

వలె వచ్చారు, తిరుగుబాటుదారులు హిందూ రావు ఇల్లు మరియు ఇతర ఔట్‌పోస్టులపై వరుసగా అనేక రోజులు దాడులు చేశారు. ప్లాసీ యుద్ధం శతాబ్ది అయిన జూన్ 23న పెద్ద దాడి జరిగింది. (ఈ సంఘటన జరిగిన వంద సంవత్సరాల తర్వాత భారతదేశంలో బ్రిటిష్ పాలన ముగుస్తుందని నమ్ముతారు).

ఈ దాడులన్నీ కొట్టివేయబడినప్పటికీ, బ్రిటీష్ వారు అలసట మరియు వ్యాధి కారణంగా నేలకూలారు. శిఖరంపై మరియు శిబిరంలో పరిస్థితులు చాలా అనారోగ్యకరమైనవి మరియు అసహ్యకరమైనవి. జనరల్ బర్నార్డ్ కలరాతో జూలై 5న మరణించాడు. అతని వారసుడు (రీడ్) కూడా కలరా బారిన పడ్డాడు మరియు ఆర్చ్‌డేల్ విల్సన్ (మేజర్ జనరల్‌గా పదోన్నతి పొందాడు)కి కమాండ్ అప్పగించవలసి వచ్చింది. విల్సన్ రిడ్జ్ మరియు క్యాంప్‌మెంట్ నుండి ఖననం చేయని శవాలను మరియు ఇతర చెత్తను క్లియర్ చేయడానికి మరియు అవుట్‌పోస్ట్‌లు మరియు రిలీఫ్‌లను పునర్వ్యవస్థీకరించడానికి ప్రయత్నాలు చేసినప్పటికీ, అతను స్వయంగా ఆదేశాన్ని అమలు చేయగలడు మరియు అతను వ్రాసిన ప్రతి లేఖలో, అతను తన అలసట మరియు సాష్టాంగం గురించి ఫిర్యాదు చేశాడు. బ్రిగేడియర్ నెవిల్లే చాంబర్‌లైన్, మెరుగైన నాయకత్వాన్ని అందించగల యువ అధికారి, జూలై 14న ఒక సోర్టీని తిప్పికొడుతూ తీవ్రంగా గాయపడ్డారు. ఇంతలో, ఢిల్లీలో, మీర్జా మొఘల్ మరియు బహదూర్ షాల వైఫల్యాల కారణంగా కొంత నైతికత కోల్పోయింది. అన్‌మిలిటరీ మనవడు, మీర్జా అబూ

బకర్. కంపెనీ సైన్యంలోని అనుభవజ్ఞుడైన ఆర్టిలరీ అధికారి బఖ్త్ ఖాన్ ఆధ్వర్యంలో బరేలీ నుండి పెద్ద సంఖ్యలో బలగాలు వచ్చాయి. వారు తెచ్చిన దోపిడీకి సంతోషించిన బహదూర్ షా భక్త్ ఖాన్‌ను కొత్త కమాండర్-ఇన్-చీఫ్‌గా నియమించాడు. బఖ్త్ ఖాన్ ఆర్థిక వనరులను తిరిగి పొందగలిగాడు మరియు తిరుగుబాటు సైనికులను పునరుద్ధరించే ప్రయత్నాలకు ప్రేరేపించగలిగాడు. అయితే బహదూర్ షా నిరుత్సాహానికి లోనయ్యాడు మరియు ఇతర తిరుగుబాటు నాయకుల నుండి సహాయ ప్రతిపాదనలను తిరస్కరించాడు.

ది సీజ్: ఆగస్ట్-సెప్టెంబర్

భారతదేశంలోని ఒక ముఖ్యమైన ప్రాంతంలో, పంజాబ్ (ఎనిమిదేళ్ల క్రితం మాత్రమే విలీనం చేయబడింది), బెంగాల్ స్థానిక యూనిట్లు తిరుగుబాటు చేయకుండా నిరోధించడానికి త్వరగా నిరాయుధమయ్యాయి లేదా వారు తిరుగుబాటు చేసినప్పుడు ఓడిపోయారు. బెంగాల్ స్థానిక పదాతిదళ విభాగాలలోని అధిక కుల హిందువులతో అంతగా సారూప్యత లేని సిక్కులు మరియు పఖ్తూన్‌ల నుండి ఏర్పడిన పంజాబ్ అక్రమ దళం యొక్క యూనిట్లతో పాటు అందుబాటులో ఉన్న చాలా బ్రిటిష్ యూనిట్లు అక్కడ ఉన్నాయి. పంజాబ్‌లో పరిస్థితి స్థిరీకరించబడినందున, ఢిల్లీలోని ముట్టడిదారులను బలోపేతం చేయడానికి యూనిట్‌లను పంపవచ్చు. మొదటిసారిగా వచ్చిన, కార్ప్స్ ఆఫ్ గైడ్స్, సంవత్సరంలో అత్యంత వేడిగా ఉండే సీజన్‌లో అనేక వందల మైళ్ల పురాణ బలవంతంగా మార్చ్ చేసింది, ఇది రంజాన్ మాసంతో కలిసి వచ్చింది, ఈ సమయంలో వారి ముస్లిం సైనికులు పగటిపూట తినలేరు లేదా త్రాగలేరు, మరియు ఇంకా వారు రిడ్జ్ వద్దకు వచ్చిన వెంటనే చర్యలోకి వెళ్లారు. ఇప్పుడు పంజాబ్ నుండి ఢిల్లీకి పంపబడిన ప్రధాన దళాలు బ్రిగేడియర్ జాన్ నికల్సన్ ఆధ్వర్యంలో 4,200 మందితో కూడిన 'ఫ్లయింగ్ కాలమ్' మరియు ముట్టడి రైలు. ఫ్లయింగ్ కాలమ్ ఆగష్టు 14న చేరుకుంది. తిరుగుబాటుదారులు ముట్టడి రైలు యొక్క ఆసన్న రాక గురించి విన్నారు మరియు దానిని అడ్డుకునేందుకు నగరం నుండి ఒక బలగాన్ని పంపారు. ఆగష్టు 25 న, నికల్సన్ నజాఫ్‌గఢ్ యుద్ధంలో వారి స్థానానికి వ్యతిరేకంగా ఒక దళానికి నాయకత్వం వహించాడు. రుతుపవనాలు విరిగిపోయినప్పటికీ, రోడ్లు మరియు పొలాలు వరదలు ముంచెత్తినప్పటికీ, నికల్సన్ తన దళాన్ని వేగంగా కవాతు

చేయడానికి నడిపించాడు మరియు సులభంగా విజయం సాధించాడు, బ్రిటీష్ ధైర్యాన్ని పెంచాడు మరియు తిరుగుబాటుదారులను తగ్గించాడు.

ఢిల్లీని స్వాధీనం చేసుకోవడం

ముట్టడి రైలు (60 భారీ తుపాకులు మరియు మోర్టార్లు మరియు దాదాపు 600 మందుగుండు బండ్లు) సెప్టెంబరు 6న చేరుకుంది. విల్సన్ యొక్క చీఫ్ ఇంజనీర్ అధికారి రిచర్డ్ బైర్డ్ స్మిత్, నగర గోడలను అతిక్రమించి దాడి చేయడానికి ఒక ప్రణాళికను రచించాడు. విల్సన్ ఎటువంటి దాడిని రిస్క్ చేయడానికి ఇష్టపడలేదు, కానీ బైర్డ్ స్మిత్ యొక్క ప్రణాళికను అంగీకరించమని నికల్సన్‌ను కోరాడు. (దాడి చేయడానికి అంగీకరించడంలో విఫలమైతే విల్సన్‌ను కమాండర్‌గా మార్చడానికి నికల్సన్ ప్రముఖమైన బ్రిటిష్ అధికారులలో కదలికలు ఉన్నాయి.) సెప్టెంబర్ 7న, 'అని పిలవబడే ఆడంబరంగా-రూపొందించిన ఇంటి సమీపంలో మొదటి బ్యాటరీని స్థాపించారు. సివిల్ లైన్స్‌లోని లుడ్లో కాజిల్. సుదీర్ఘ ద్వంద్వ పోరాటం తర్వాత, అది మోరీ గేట్‌పై తిరుగుబాటుదారుల తుపాకులను నిశ్శబ్దం చేసింది. రెండవ బ్యాటరీ కాబూల్‌కు వ్యతిరేకంగా కాల్పులు జరిపింది.

సెప్టెంబరు 11న గేట్. నగర గోడల నుండి 200 గజాల కంటే తక్కువ దూరంలో ఉన్న మూడవ బ్యాటరీ మరుసటి రోజు కాల్పులు జరిపింది. ఆశ్చర్యం కలిగించే అంశం తప్పిపోయినందున, రెండవ మరియు తదుపరి బ్యాటరీలను నిర్మించడం మరియు

తుపాకీలను స్థానానికి తరలించడం వంటి పనిలో ఎక్కువ భాగం నిర్వహించిన భారతీయ సప్పర్లు మరియు మార్గదర్శకులు భారీ ప్రాణనష్టాన్ని చవిచూశారు, అయితే బ్యాటరీలు బురుజులు మరియు గోడలను త్వరగా విచ్ఛిన్నం చేశాయి.

తిరుగుబాటుదారుల కాల్పులు అకస్మాత్తుగా చాలా తక్కువ ప్రభావవంతంగా మారినందున, తిరుగుబాటుదారులు పత్రిక నుండి స్వాధీనం చేసుకున్న మందుగుండు సామగ్రిని పూర్తి చేయడంతో ముట్టడి యొక్క ఈ దశ ప్రారంభమైనది. ఈ సమయానికి కూడా, తిరుగుబాటుదారులు సామాగ్రి మరియు డబ్బు లేకపోవడం మరియు విలియం హోడ్సన్ ద్వారా నిర్వహించబడిన ఏజెంట్లు మరియు గూఢచారుల ద్వారా వ్యాప్తి చెందే విద్రోహ మరియు ఓటమి పుకార్ల ద్వారా నిరాశకు గురయ్యారు.

దాడికి సన్నాహాలు

సెప్టెంబరు 14న తెల్లవారుజామున 3 గంటలకు దాడి జరగాల్సి ఉంది. సెప్టెంబర్ 13 రాత్రి సమయంలో బ్రిటీష్ స్ట్రోమింగ్ కాలమ్‌లు స్థానానికి మారాయి. భవిష్యత్ ఫీల్డ్ మార్షల్ లార్డ్ రాబర్ట్స్, అప్పుడు జూనియర్ స్టాఫ్ ఆఫీసర్, వారి కూర్పును రికార్డ్ చేశారు.

ఒక అధికారి (కెప్టెన్ రిచర్డ్ బార్టర్, 75వ అడ్జుటెంట్ ఫుట్) ఇంటికి ఒక లేఖలో రాశారు: "సాయంత్రం, సెప్టెంబర్ 14, మరుసటి రోజు ఉదయం తెల్లవారుజామున ఢిల్లీని ముంచెత్తడానికి ఆర్డర్ ప్రచురించబడింది, మరియు మేము ప్రతి ఒక్కరూ మా పిస్టల్స్‌ను రీలోడ్ చేయడం, ఫ్లాస్క్‌లను నింపడం మరియు వీలైనంత మంచి రక్షణ పొందడం గురించి జాగ్రత్తగా చూశాము. మా తలలు, నిచ్చెనలు పైకి వెళుతున్నప్పుడు చాలా బహిర్గతం అవుతాయి, నేను నా పాత మేత టోపీ చుట్టూ రెండు పగ్రీస్ లేదా తలపాగాలు చుట్టి, పైన ఉన్న కొండల నుండి చివరి అక్షరంతో, ప్రొవిడెన్స్ సంరక్షణకు కట్టుబడి ఉన్నాను. ఆ రాత్రి మా క్యాంపులో పడుకున్నాను, అప్పుడప్పుడూ దిగిపోయాను, కానీ ఎక్కువసేపు కాదు, నేను నిద్రలేచినప్పుడల్లా, అధికారుల గుడారాలలో ఒకటి కంటే ఎక్కువ లైట్లు కనిపించాయి మరియు మాట్లాడటం చాలా తక్కువగా ఉంది మనుషుల మధ్య స్వరం, తాళం పగలడం లేదా రాంరాడ్ స్ప్రింగ్ నిశ్చలంగా గాలిలో ధ్వనించడం, రాబోయే కలహానికి సన్నద్ధత గురించి చెబుతోంది.అర్ధరాత్రి తర్వాత, మేము వీలైనంత నిశ్శబ్దంగా మరియు ఒక వెలుగులో పడిపోయాము. లాంతరు దాడికి సంబంధించిన ఆదేశాలను పురుషులకు చదివి వినిపించారు కింది ఉద్దేశ్యంతో ఉన్నాయి: గాయపడిన వ్యక్తిని అతను పడిపోయిన చోట వదిలివేయాలి; అతనికి సహాయం చేయడానికి ఎవరూ

ర్యాంక్ నుండి అడుగు పెట్టలేదు, ఎందుకంటే విడిచిపెట్టడానికి పురుషులు ఎవరూ లేరు. దాడి విజయవంతమైతే, అతన్ని డూలీస్ లేదా లిట్టర్‌లలోకి తీసుకెళ్లి, వెనుకకు తీసుకువెళ్లబడతారు లేదా అతను ఉత్తమంగా వైద్య సహాయం పొందగలిగే చోటికి తీసుకెళ్లబడతారు. మేము విఫలమైతే, గాయపడిన మరియు ధ్వని చెత్త భరించేందుకు సిద్ధంగా ఉండాలి. దోపిడి ఉండకూడదు, అయితే తీసుకున్న బహుమతి అంతా ముగిసిన తర్వాత న్యాయమైన విభజన కోసం సాధారణ స్టాక్‌లో ఉంచబడుతుంది. మాకు కాపలాగా ఎవరూ లేనందున ఖైదీలను తయారు చేయకూడదు మరియు మహిళలు లేదా పిల్లలు గాయపడకుండా జాగ్రత్త వహించాలి. దీనికి ఆ మనుషులు ఒక్కసారిగా, భయపడవద్దు సార్ అని సమాధానం ఇచ్చారు. అధికారులు ఇప్పుడు ఈ ఆదేశాలకు కట్టుబడి వారి గౌరవాలను వారి కత్తులపై ప్రతిజ్ఞ చేసారు మరియు పురుషులు వారి ఉదాహరణను అనుసరిస్తారని వాగ్దానం చేశారు. ఈ సమయంలో, కేవలం

రెజిమెంట్ కవాతు చేయబోతున్నాడు, ఫాదర్ బెర్ట్రాండ్ తన దుస్తులు ధరించి, కల్నల్‌ను ఉద్దేశించి, రెజిమెంట్‌ను ఆశీర్వదించడానికి అనుమతి కోసం వేడుకున్నాడు: మతపరమైన విషయాలలో మనలో కొంతమందికి విభేదాలు ఉండవచ్చు, కానీ ఒక వృద్ధుడి ఆశీర్వాదం, మరియు ఒక మతనాయకుడు, మంచి తప్ప మరేమీ చేయలేడు.' కల్నల్ వెంటనే అంగీకరించారు, మరియు ఫాదర్ బెర్ట్రాండ్, స్వర్గానికి తన చేతులను

ఎత్తి, రెజిమెంట్ను అత్యంత ఆకట్టుకునే రీతిలో ఆశీర్వదించారు, అదే సమయంలో విజయం కోసం మరియు త్వరలో మరణించే వారి ఆత్మలపై దయ కోసం ప్రార్థనలు చేశారు.

దాడి

మొదటి మూడు నిలువు వరుసలు, నికల్సన్ యొక్క మొత్తం ఆదేశంతో, ఉత్తర గోడల నుండి పావు మైలు దూరంలో ఉన్న మొఘల్ రాజుల పూర్వపు వేసవి నివాసం అయిన కుద్సియా బాగ్ అని పిలువబడే భవనంలో మరియు వెనుకకు సేకరించబడ్డాయి. నాల్గవ కాలమ్ నగరం గోడలకు పశ్చిమాన ఉన్న కాబూల్ గేట్ ఇతర స్తంభాల ద్వారా వెనుక నుండి తెరవబడినప్పుడు మాత్రమే దాడి చేయడానికి ఉద్దేశించబడింది. అశ్వికదళంతో పాటు ఐదవ కాలమ్ రిజర్వ్‌లో ఉంది.

దాడిని తెల్లవారుజామున ప్రారంభించాలని భావించారు, అయితే రక్షకులు రాత్రిపూట కొన్ని ఉల్లంఘనలను సరిచేశారు మరియు మరింత బాంబు దాడి అవసరం. చివరికి, నికల్సన్ సిగ్నల్ ఇచ్చాడు మరియు దాడి చేసినవారు అభియోగాలు మోపారు. మొదటి కాలమ్ కాశ్మీర్ బస్తీలో మరియు రెండవది జమ్నా నది ద్వారా వాటర్ బస్తీలో చీలిపోయింది.

మూడవ కాలమ్ ఉత్తర గోడపై కాశ్మీర్ గేట్‌పై దాడి చేసింది. ఇద్దరు సప్పర్ ఆఫీసర్లు, లెఫ్టినెంట్స్ హోమ్ మరియు సాల్కెల్డ్ (వీరిద్దరు తదనంతరం విక్టోరియా క్రాస్‌ను గెలుచుకున్నారు), బ్రిటీష్ మరియు ఇండియన్ సాపర్స్ పార్టీకి నాయకత్వం వహించారు, వారు గన్‌పౌడర్ ఛార్జీలు మరియు ఇసుక సంచులను గేటుకు వ్యతిరేకంగా ఉంచారు. పేలుడు గేటులో కొంత భాగాన్ని మరియు మూడవ కాలమ్‌ను ధ్వంసం చేసింది.

ఇంతలో, ఇతర నిలువు వరుసలు దాడి చేయడానికి ముందు, నాల్గవ కాలమ్ కాబూల్ గేట్ వెలుపల కిషన్‌గంజ్ శివారులో తిరుగుబాటు దళాన్ని ఎదుర్కొంది మరియు గందరగోళంలో పడింది. మేజర్ రీడ్, దాని కమాండర్, చంపబడ్డాడు మరియు కాలమ్ పదవీ విరమణ చేసింది. తిరుగుబాటుదారులు నాలుగు తుపాకులను స్వాధీనం చేసుకుని, బ్రిటిష్ శిబిరంపై దాడి చేస్తామని బెదిరించారు, అది ఖాళీ చేయబడింది. దాడి దళాన్ని ఏర్పాటు చేయడానికి గార్డులు. హిందు రావ్స్ హౌస్‌లోని ఫిరంగి బ్యాటరీలు (డూలీ నుండి ఛాంబర్‌లైన్ దర్శకత్వం వహించారు) హోప్ గ్రాంట్ యొక్క అశ్విక దళం రీడ్ కాలమ్‌ను భర్తీ చేసే వరకు వాటిని నిలిపివేసింది. అశ్విక దళం కాబూల్ గేట్‌పై తుపాకుల నుండి కాల్పులు జరుపుతూనే ఉంది మరియు పదాతిదళం నుండి ఉపశమనం పొందే వరకు భారీ ప్రాణనష్టాన్ని చవిచూసింది.

ఈ రివర్స్ ఉన్నప్పటికీ, నికల్సన్ నగరంలోకి ప్రవేశించడానికి ఆసక్తిగా ఉన్నాడు. కాబూల్ గేట్‌కు ఉత్తరాన ఉన్న గోడలపై ఉన్న బర్న్ బాస్టన్‌ను పట్టుకోవడానికి అతను ఇరుకైన సందులో ఒక నిర్లిప్తతను నడిపించాడు. తిరుగుబాటు సైనికులు చాలా వరకు చదునైన పైకప్పులను కలిగి ఉన్నారు మరియు బురుజుపై అమర్చిన తుపాకులు ఇళ్ల మధ్య ఉన్న మార్గాల్లో ద్రాక్ష షాట్‌ను కాల్చాయి. భారీ ప్రాణనష్టంతో రెండు రష్‌లు ఆపివేయబడిన తర్వాత, నికల్సన్ మూడవ ఛార్జ్‌కి నాయకత్వం వహించాడు మరియు ఘోరంగా గాయపడ్డాడు.

తాత్కాలికంగా తిప్పికొట్టబడిన బ్రిటీష్ వారు ఇప్పుడు కాశ్మీర్ బురుజు గోడల లోపల ఉన్న సెయింట్ జేమ్స్ చర్చికి వెళ్లారు. ఈ దాడిలో వారు 1,170 మంది మరణించారు. ఆర్చ్‌డేల్ విల్సన్ చర్చికి వెళ్లాడు మరియు దానిని ఎదుర్కొన్నాడు ఎదురుదెబ్బ, అతను ఉపసంహరణకు ఆదేశించాలని కోరుకున్నాడు. అతను విల్సన్ యొక్క అనాలోచిత గురించి విన్నప్పుడు, మరణిస్తున్న నికల్సన్ అతనిని కాల్చివేస్తానని బెదిరించాడు. చివరికి, బైర్డ్ స్మిత్, ఛాంబర్‌లైన్ మరియు ఇతర అధికారులు విల్సన్‌ను బ్రిటీష్ లాభాలను నిలబెట్టుకోవడానికి ఒప్పించారు.

ది క్యాప్చర్ ఆఫ్ ది సిటీ

తిరుగుబాటుదారులు నిరుత్సాహపడ్డారు మరియు అస్తవ్యస్తంగా ఉన్నారు, ఇది ముట్టడిదారులకు కూడా అలాగే ఉంది. చాలా మంది బ్రిటీష్ అధికారులు చంపబడ్డారు లేదా గాయపడ్డారు మరియు వారి యూనిట్లు ఇప్పుడు గందరగోళంలో ఉన్నాయి. బ్రిటీష్ స్థావరం అనేక మద్యం దుకాణాలను కలిగి ఉంది మరియు తరువాతి రెండు రోజులలో, చాలా మంది బ్రిటీష్ సైనికులు మద్యపానం చేసి దోచుకున్న ఆత్మలను తినలేకపోయారు. విల్సన్ చివరికి అన్ని మద్యాన్ని నాశనం చేయమని ఆదేశించాడు మరియు క్రమశిక్షణ పునరుద్ధరించబడింది. నెమ్మదిగా, దాడి చేసేవారు తిరుగుబాటుదారులను నగరం నుండి తొలగించడం ప్రారంభించారు. వారు సెప్టెంబర్ 16న పత్రికను స్వాధీనం చేసుకున్నారు. బహదూర్ షా మరియు అతని పరివారం సెప్టెంబరు 18న రాజభవనాన్ని విడిచిపెట్టారు మరియు బ్రిటిష్ సైన్యం మరుసటి రోజు గొప్ప మసీదు, జామా మసీదు మరియు పాడుబడిన ప్యాలెస్‌ను స్వాధీనం చేసుకుంది. వారు రాజభవనానికి అనుబంధంగా ఉన్న సలీంఘర్ కోటను కూడా స్వాధీనం చేసుకున్నారు మరియు జమ్నా నదిపై పడవల వంతెనపై ఆధిపత్యం చెలాయించారు. అప్పటికే నగరాన్ని విడిచిపెట్టని చాలా మంది తిరుగుబాటుదారులు బ్రిటిష్ వారు స్వాధీనం చేసుకునే ముందు అలా చేశారు అన్ని ద్వారాలు మరియు వాటిని చిక్కుకున్న. చివరకు సెప్టెంబర్‌లో నగరాన్ని స్వాధీనం చేసుకుంటామని ప్రకటించారు 21. జాన్ నికల్సన్ మరుసటి రోజు మరణించాడు.

తర్వాత

ఢిల్లీలో జరిగిన పోరులో ఎంతమంది పౌరులు మరణించారో అంచనా వేయలేం. మొత్తం ప్రాంతాన్ని పునరుద్ధరించే వరకు వారికి ఆహారం అందించే మార్గం లేనందున చాలా మంది తరువాత నగరం నుండి బహిష్కరించబడ్డారు. బ్రిటీష్, సిక్కు మరియు పష్తున్ సైనికులు జీవితానికి సంబంధించి చాలా కఠినంగా ఉన్నారు. చాలా మంది బ్రిటీష్ సైనికులు భౌతిక ఆస్తుల కంటే మద్యపానంపై ఎక్కువ ఆసక్తి చూపినప్పటికీ, విస్తృతమైన దోపిడీ జరిగింది. ప్రైజ్ ఏజెంట్లు తర్వాత సేనల వెనుక నగరానికి తరలివెళ్లారు మరియు గుప్త నిధి కోసం అన్వేషణను మరింత క్రమ పద్ధతిలో నిర్వహించారు.

అనేక వందల మంది అనుమానిత తిరుగుబాటుదారులు మరియు సానుభూతిపరులు తరువాత ఎటువంటి చట్టపరమైన ప్రక్రియ లేకుండా ఉరితీయబడ్డారు. అనేక

సందర్భాల్లో, ఆర్మీ అధికారులు సానుభూతితో వ్యవహరించడానికి మొగ్గు చూపారు, అయితే మే 11న తిరుగుబాటు సైనికులు మరియు గుంపుల నుండి తృటిలో తప్పించుకున్న థియోఫిలస్ మెట్‌కాల్ఫ్ వంటి ఈస్ట్ ఇండియా కంపెనీ అధికారులు మరింత ప్రతీకారం తీర్చుకున్నారు

బహదూర్ షా మరియు అతని ముగ్గురు కుమారులు ఢిల్లీకి దక్షిణంగా ఆరు మైళ్ల దూరంలో ఉన్న హుమాయున్ సమాధి వద్ద ఆశ్రయం పొందారు. బఖ్త్ ఖాన్‌తో పాటు మరిన్ని దళాలను కూడగట్టమని కోరినప్పటికీ, బ్రిటీష్ వారు తిరుగుబాటుదారులుగా భావించే సిపాయిలపై మాత్రమే ప్రతీకారం తీర్చుకోవాలని వృద్ధ రాజు ఒప్పించాడు మరియు అతను తప్పించుకోబడ్డాడు. సెప్టెంబరు 20న, విలియం హడ్సన్ ఆధ్వర్యంలోని ఒక పార్టీ క్షమాభిక్ష వాగ్దానంపై అతన్ని అదుపులోకి తీసుకుని, తిరిగి నగరానికి తీసుకువచ్చింది. మరుసటి రోజు, హడ్సన్ ఖైదీ అయిన బహదూర్ షా కుమారులను కూడా పట్టుకున్నాడు, కానీ ఎలాంటి హామీ లేకుండా. ఒక గుంపు వారిని విడుదల చేయబోతోందనే సాకుతో, హడ్సన్ ముగ్గురు యువరాజులను ఉరితీశారు. తర్వాత వారి తలలను బహదూర్ షాకు సమర్పించారు.

కాన్‌పోర్ ముట్టడి

అతను కాన్పూర్ ముట్టడి (ప్రస్తుతం కాన్పూర్) అనేది 1857 నాటి భారతీయ తిరుగుబాటులో టిన్ యొక్క కీలకమైన ఎపిసోడ్. కాన్‌పూర్‌లో ముట్టడి చేయబడిన బ్రిటిష్ వారు సుదీర్ఘ ముట్టడికి సిద్ధంగా లేరు మరియు అలహాబాద్‌కు సురక్షితమైన మార్గం కోసం ప్రతిఫలంగా నానా సాహిబ్ నేతృత్వంలోని తిరుగుబాటు భారత దళాలకు లొంగిపోయారు. అయినప్పటికీ, అస్పష్టమైన పరిస్థితులలో, కాన్‌పోర్ నుండి వారి తరలింపు యుద్ధంగా మారింది మరియు వారిలో ఎక్కువ మంది చంపబడ్డారు లేదా బంధించబడ్డారు. అలహాబాద్ నుండి ఈస్టిండియా కంపెనీ రెస్క్యూ ఫోర్స్ కాన్‌పూర్‌కు చేరుకోవడంతో పట్టుబడిన వారిని తరువాత ఉరితీశారు. కాన్‌పోర్‌ను తిరిగి స్వాధీనం చేసుకున్న తరువాత తిరుగుబాటు చేసిన భారతీయ సైనికులు మరియు పౌరులకు వ్యతిరేకంగా బ్రిటిష్ దళాలు హింసాత్మక ప్రతీకార దాడులకు పాల్పడ్డాయి.

ఈస్టిండియా కంపెనీ దళాలకు కాన్‌పోర్ ఒక ముఖ్యమైన దండు పట్టణం. గ్రాండ్ ట్రంక్ రోడ్‌లో ఉంది, ఇది సింధ్, పంజాబ్ మరియు ఔద్‌లకు వెళ్లే మార్గాలపై ఉంది.

జూన్ 1857 నాటికి, భారతీయ తిరుగుబాటు కాన్‌పూర్ సమీపంలోని మీరట్, ఆగ్రా, మధుర మరియు లక్నో వంటి అనేక ప్రాంతాలకు వ్యాపించింది. అయితే, కాన్‌పూర్‌లోని భారతీయ సిపాయిలు మొదట్లో విశ్వాసపాత్రంగా ఉన్నారు. కాన్‌పూర్‌లోని బ్రిటీష్ జనరల్, హ్యూ వీలర్‌కు స్థానిక భాష తెలుసు, స్థానిక ఆచారాలను స్వీకరించారు

మరియు భారతీయ మహిళను వివాహం చేసుకున్నారు. కాన్పూర్‌లోని సిపాయిలు తనకు విధేయులుగా ఉంటారని అతను విశ్వసించాడు మరియు లక్నోను ముట్టడించడానికి రెండు బ్రిటిష్ కంపెనీలను (84 మరియు 32వ రెజిమెంట్‌లలో ఒక్కొక్కటి) పంపాడు.

కాన్పూర్‌లోని బ్రిటీష్ బృందంలో సుమారు మూడు వందల మంది సైనికులు, సుమారు మూడు వందల మంది మహిళలు మరియు పిల్లలు మరియు దాదాపు నూట యాభై మంది వ్యాపారులు, వ్యాపార యజమానులు, డ్రమ్మర్లు, ఇంజనీర్లు మరియు ఇతరులతో సహా దాదాపు తొమ్మిది వందల మంది ఉన్నారు. మిగిలిన వారు స్థానిక సేవకులు, వారు ముట్టడి ప్రారంభించిన వెంటనే వెళ్లిపోయారు.

కాన్పూర్‌లో సిపాయిలు తిరుగుబాటు చేసిన సందర్భంలో, బ్రిటీష్ వారికి అత్యంత అనుకూలమైన రక్షణ ప్రదేశం నగరానికి ఉత్తరాన ఉన్న పత్రిక. ఇది మందపాటి గోడలు, పుష్కలమైన మందుగుండు సామగ్రి మరియు దుకాణాలను కలిగి ఉంది మరియు స్థానిక ఖజానాను కూడా కలిగి ఉంది. అయితే, జనరల్ వీలర్ నగరం యొక్క దక్షిణాన ఒక మట్టి గోడతో చుట్టుముట్టబడిన రెండు బ్యారక్‌లతో కూడిన ఎంట్రెంచ్‌మెంట్‌లో ఆశ్రయం పొందాలని నిర్ణయించుకున్నాడు. కాన్పూర్‌కు దక్షిణాన సైనిక భవన స్థలం ఉంది, ఇక్కడ డ్రాగన్ బ్యారక్‌ల వద్ద తొమ్మిది బ్యారక్‌లు నిర్మించబడుతున్నాయి. వేసవి కాలం కావడంతో బ్రిటీష్ సైనికులకు లోతైన కందకాలు తవ్వడం కష్టమైంది. ఈ ప్రాంతంలో మంచి పారిశుధ్య సౌకర్యాలు కూడా లేవు మరియు అక్కడ మాత్రమే ఉన్నాయి. ఒక బావి మరియు అది దాడి జరిగినప్పుడు శత్రువుల కాల్పులకు

గురవుతుంది. అలాగే, దాడి చేసేవారికి రక్షణ కల్పిస్తూ, డిఫెండర్లపై సులభంగా కాల్చడానికి వీలు కల్పించే అనేక భవనాలు పొదుగడానికి ఎదురుగా ఉన్నాయి.

కాన్‌పోర్‌లో సాపేక్షంగా సురక్షితమైన మరియు మరింత రక్షింపదగిన స్థలాల లభ్యత కారణంగా, స్టాండ్‌ను రూపొందించడానికి జనరల్ వీలర్ ఈ స్థానాన్ని ఎంచుకోవడం వివాదాస్పదంగా ఉంది. జనరల్ వీలర్ నగరం యొక్క దక్షిణ భాగం నుండి ఉపబలాలను ఆశించినట్లు నమ్ముతారు. తిరుగుబాటు జరిగితే, భారత సైనికులు బహుశా ఆయుధాలు, మందుగుండు సామాగ్రి మరియు డబ్బును సేకరిస్తారని మరియు ఢిల్లీకి వెళతారని మరియు అందువల్ల, అతను సుదీర్ఘ ముట్టడిని ఊహించలేదని కూడా అతను భావించాడు. ఆ సమయంలో వీలర్ తన వ్యక్తిగత నివాసానికి దగ్గరగా ఉన్నందున ఈ స్థానాన్ని ఎంచుకున్నాడని మరొక సిద్ధాంతం కూడా ఉంది.

ఫతేగర్‌లో తిరుగుబాటు

కాన్పూర్‌లో తిరుగుబాటుకు సంబంధించిన మొదటి సంకేతం గంగా ఒడ్డున ఉన్న సైనిక స్టేషన్ అయిన ఫతేఘుర్ వద్ద జరిగిన తిరుగుబాటు రూపంలో వచ్చింది. భారత సైనికులను కాన్పూర్ నుండి చెదరగొట్టడానికి మరియు తిరుగుబాటు అవకాశాలను తగ్గించడానికి, జనరల్ వీలర్ వారిని వివిధ 'మిషన్‌లకు' పంపాలని నిర్ణయించుకున్నాడు. అలాంటి ఒక మిషన్‌పై, అతను 2వ ఔద్ అక్రమాలను ఫతేఘుర్‌కు పంపాడు. ఫతేఘుర్‌కు వెళ్లే మార్గంలో, ఫ్లెచర్ హేస్ మరియు లెఫ్టినెంట్ బార్బర్ ఆధ్వర్యంలో జనరల్ వీలర్ యొక్క దళాలు ఫైరర్ మరియు కారీ అనే మరో ఇద్దరు ఆంగ్లేయులను కలిశాయి.

మే 31, 1857 రాత్రి, హేస్ మరియు కారీ స్థానిక మేజిస్ట్రేట్‌తో చర్చించడానికి సమీపంలోని పట్టణానికి బయలుదేరారు. వారి నిష్క్రమణ తరువాత, భారత సైనికులు తిరుగుబాటు చేసి శిరచ్ఛేదం చేశారు. ఫైరర్. అతను తప్పించుకోవడానికి ప్రయత్నించిన బార్బర్ కూడా చంపబడ్డాడు. మరుసటి రోజు ఉదయం హేస్ మరియు కారీ తిరిగి వచ్చినప్పుడు, ఒక వృద్ధ భారతీయ అధికారి వారి వైపు దూసుకువెళ్లి పారిపోవాలని కోరారు. అయితే, భారత అధికారి పరిస్థితిని వారికి వివరించడంతో, తిరుగుబాటు భారతీయ సావర్లు (అశ్వికదళ ట్రూపర్లు) వారి వైపు పరుగెత్తారు. హేస్ పారిపోవడానికి ప్రయత్నించినప్పుడు చంపబడ్డాడు, కారీ సురక్షితంగా తప్పించుకున్నాడు.

కాన్పోర్‌లో తిరుగుబాటు బయటపడింది

కాన్పూర్‌లో నాలుగు భారతీయ రెజిమెంట్లు ఉన్నాయి: 1", 53 మరియు 56 స్థానిక పదాతిదళం మరియు 2 బెంగాల్ అశ్విక దళం.

కాన్పూర్‌లోని సిపాయిలు తిరుగుబాటు చేయనప్పటికీ, సమీప ప్రాంతాలలో తిరుగుబాటు వార్త వారికి అందడంతో యూరోపియన్ కుటుంబాలు వేళ్లూనుకోవడం ప్రారంభించాయి. ఆయుధాలతో కూడిన గుంపును నివారించడానికి భారతీయ సిపాయిలు తమ వేతనాన్ని ఒక్కొక్కటిగా వసూలు చేయవలసిందిగా అడిగారు.

భారత సైనికులు కోటను పరిగణించారు మరియు ఫిరంగి తుపాకీలను ప్రైమ్ చేసి వారిపై గురిపెట్టడం అవమానకరంగా మరియు బెదిరింపుగా భావించారు, జూన్ 2, 1857 రాత్రి,

లెఫ్టినెంట్ కాక్స్ అనే బ్రిటీష్ అధికారి తాగి తన భారతీయ గార్డుపై కాల్పులు జరిపాడు. కాక్స్ తన లక్ష్యాన్ని తప్పి, ఒక రాత్రి జైలులో ఉంచబడ్డాడు. మరుసటి రోజు, హడావుడిగా సమావేశమైన కోర్టు అతన్ని నిర్దోషిగా ప్రకటించింది, ఇది భారత సైనికులలో అసంతృప్తికి దారితీసింది. భారత సైనికులను కవాతుకు పిలిపించి, అక్కడ వారిని ఊచకోత కోస్తామనే పుకార్లు కూడా వచ్చాయి. ఈ అంశాలన్నీ ఈస్టిండియా కంపెనీ పాలనకు వ్యతిరేకంగా తిరుగుబాటు చేసేందుకు వారిని ప్రేరేపించాయి.

తిరుగుబాటు 1:30 గంటలకు ప్రారంభమైంది. జూన్ 5, 1857న, 2వ బెంగాల్ అశ్వికదళానికి చెందిన తిరుగుబాటు సైనికుల నుండి మూడు పిస్టల్ షాట్లతో. రెజిమెంటల్ రంగులను అప్పగించడానికి మరియు తిరుగుబాటు సిపాయిలలో చేరడానికి నిరాకరించిన వృద్ధ రిసల్దార్-మేజర్ భవానీ సింగ్ చంపబడ్డాడు. అత్యంత విశ్వసనీయమైన 53వ మరియు 56వ స్థానిక పదాతిదళం. కాల్పులతో ఆ ప్రాంతంలోని యూనిట్లు మేల్కొన్నాయి. 56వ సైనికులు కొందరు భయాందోళనకు గురై నగరంలోకి పరుగెత్తడం ప్రారంభించారు. యూరోపియన్ ఫిరంగిదళం వారు కూడా తిరుగుబాటుదారులని భావించి, వారిపై కాల్పులు జరిపారు. 53% మంది సైనికులు కూడా ఎదురుకాల్పుల్లో చిక్కుకున్నారు.

1"N.I. తిరుగుబాటు చేసి జూన్ 6, 1857న తెల్లవారుజామున వెళ్లిపోయాడు. అదే రోజు, 53 N.I. కూడా బయలుదేరి, రెజిమెంటల్ నిధిని మరియు వారు తీసుకువెళ్లగలిగేంత

మందుగుండు సామాగ్రిని తీసుకుని వెళ్లిపోయారు. దాదాపు 150 మంది సిపాయిలు జనరల్కు విధేయులుగా ఉన్నారు. వీలర్, ఆయుధాలు, మందుగుండు సామాగ్రి మరియు డబ్బు పొందిన తరువాత, తిరుగుబాటు దళాలు పదాట్ ఇ-హింద్ (భారత చక్రవర్తి)గా ప్రకటించబడిన బహదూర్ షా II నుండి తదుపరి ఆదేశాలను కోరేందుకు ఢిల్లీ వైపు కవాతు చేయడం ప్రారంభించాయి. బ్రిటిష్ అధికారులు సుదీర్ఘ ముట్టడిని ఎదుర్కోవాల్సిన అవసరం లేదని తేలింది.

నానా సాహిబ్ ప్రమేయం

నానా సాహిబ్ మరాఠా సమాఖ్య మాజీ పీష్వా బాజీ రావు IIకి దత్తత తీసుకున్న వారసుడు. నానా సాహిబ్ సహజంగా పుట్టిన వారసుడు కానందున, వంశపారంపర్య పింఛను మరియు గౌరవ మర్యాదలు అతనికి ఇవ్వకూడదని ఈస్ట్ ఇండియా కంపెనీ నిర్ణయించింది. కంపెనీ నిర్ణయానికి వ్యతిరేకంగా రాణికి పిటిషన్ వేయడానికి నానా సాహిబ్ తన రాయబారి దేవాన్ అజీముల్లా ఖాన్‌ను లండన్‌కు పంపాడు, కానీ ఎటువంటి అనుకూలమైన ప్రతిస్పందనను అందించడంలో విఫలమయ్యాడు.

కాన్పూర్‌లో గందరగోళం మధ్య, నానా సాహిబ్ తన బృందంతో బ్రిటిష్ పత్రికలోకి ప్రవేశించాడు. పత్రికకు కాపలాగా ఉన్న 53వ స్థానిక పదాతిదళానికి చెందిన సైనికులు కాదు నగరంలోని మిగిలిన ప్రాంతాల పరిస్థితి గురించి పూర్తిగా తెలుసు. నానా సాహిబ్ బ్రిటీష్ వారి తరపున పత్రికను కాపాడటానికి వచ్చారని వారు ఊహించారు, అతను బ్రిటీష్ వారి పట్ల తన విధేయతను ముందే ప్రకటించాడు మరియు జనరల్ వీలర్ పారవేయడం వద్ద కొంతమంది స్వచ్ఛంద సేవకులను కూడా పంపాడు. అయితే, ఒకసారి నానా సాహిబ్ పత్రిక లోపల ఉన్నప్పుడు, తిరుగుబాటుదారుల ప్రోద్బలంతో, అతను బ్రిటీష్‌పై తిరుగుబాటులో పాల్గొన్నట్లు ప్రకటించాడు మరియు బహదూర్ షా II యొక్క సామంతుడిగా ఉండాలనుకున్నాడు. కంపెనీ ట్రెజరీని స్వాధీనం చేసుకున్న తర్వాత, నానా సాహిబ్ గ్రాండ్ ట్రంక్ రోడ్ పైకి వెళ్లాడు. పీష్వా సంప్రదాయం ప్రకారం

మరాఠా సమాఖ్యను పునరుద్ధరించడం అతని లక్ష్యం, మరియు అతను కాన్పోర్‌ను స్వాధీనం చేసుకోవాలని నిర్ణయించుకున్నాడు. దారిలో నానా సాహిబ్ కళ్యాణ్‌పూర్‌లో తిరుగుబాటు సైనికులతో సమావేశమయ్యారు. సైనికులు బహదూర్ షా IIని కలవడానికి ఢిల్లీకి వెళుతున్నారు. నానా సాహిబ్ వారు కాన్పూర్‌కు తిరిగి వెళ్లాలని మరియు బ్రిటిష్ వారిని ఓడించడంలో తనకు సహాయం చేయాలని కోరుకున్నాడు. తిరుగుబాటుదారులు మొదట విముఖత చూపారు, కానీ నానా సాహిబ్‌లో చేరాలని నిర్ణయించుకున్నారు, వారు బ్రిటీష్ ప్రాబల్యాన్ని నాశనం చేస్తే వారి వేతనాన్ని రెట్టింపు చేస్తానని మరియు వారికి బంగారాన్ని బహుమతిగా ఇస్తానని వాగ్దానం చేశాడు.

వీలర్స్ ఎంట్రస్‌మెంట్‌పై దాడి

జూన్ 5, 1857న, నానా సాహిబ్ జనరల్ వీలర్‌కు మర్యాదపూర్వకమైన గమనికను పంపాడు, మరుసటి రోజు ఉదయం 10 గంటలకు దాడి చేయాలనుకుంటున్నట్లు అతనికి తెలియజేసాడు. జూన్ 6న, నానా సాహిబ్ యొక్క బలగాలు (తిరుగుబాటు సైనికులతో సహా) ఉదయం 10.30 గంటలకు బ్రిటీష్ స్థావరంపై దాడి చేశాయి, బ్రిటిష్ వారు దాడికి తగినంతగా సిద్ధంగా లేరు, కానీ దాడి చేసే దళాలు ప్రవేశించడానికి ఇష్టపడకపోవడంతో చాలా కాలం పాటు తమను తాము రక్షించుకోగలిగారు. . నానా సాహిబ్ యొక్క దళాలు గన్‌పౌడర్‌తో నిండిన కందకాలు కలిగి ఉన్నాయని తప్పుగా నమ్మడానికి దారితీసింది, అవి దగ్గరగా వస్తే పేలిపోతాయి.

చిత్రం నానా సాహిబ్ ప్రమేయం 1బ్రిటీష్ దండుపై నానా సాహిబ్ పురోగమిస్తున్న వార్త వ్యాప్తి చెందడంతో, అనేక మంది తిరుగుబాటు సిపాయిలు అతనితో చేరారు. జూన్ నాటికి 10, అతను పన్నెండు నుండి పదిహేను వేల మంది భారతీయ సైనికులకు నాయకత్వం వహిస్తున్నాడని నమ్ముతారు. బ్రిటీష్ వారు తమ తాత్కాలిక కోటలో మూడు వారాల పాటు తక్కువ నీరు మరియు ఆహార సామాగ్రితో ఉన్నారు. వడదెబ్బకు గురై నీటి కొరతతో చాలా మంది చనిపోయారు. నేల సమాధులను తవ్వడానికి చాలా కష్టంగా ఉన్నందున, బ్రిటిష్ వారు తమ హత్యల మృతదేహాలను భవనాల వెలుపల కుప్పలుగా పోసి, రాత్రి సమయంలో ఎండిపోయిన బావిలో వాటిని లాగి పడవేస్తారు. పారిశుద్ధ్య సౌకర్యాల కొరత విరేచనాలు మరియు కలరా వంటి వ్యాధుల వ్యాప్తికి దారితీసింది, రక్షకులను మరింత బలహీనపరిచింది! మశూచి యొక్క చిన్న వ్యాప్తి కూడా ఉంది, అయినప్పటికీ ఇది సాపేక్షంగా పరిమితం

చేయబడింది. ముట్టడి మొదటి వారంలో, నానా సాహిబ్ యొక్క దళాలు బలగాలను చుట్టుముట్టాయి, లోసుగులను సృష్టించాయి మరియు చుట్టుపక్కల భవనాల నుండి కాల్పులు జరిపాయి. 32వ కార్న్‌వాల్ లైట్ ఇన్‌ఫాంట్రీకి చెందిన బ్రిటీష్ ఆర్మీ కెప్టెన్ జాన్ మూర్ దీనిని ప్రతిఘటించాడు, రాత్రి సమయంలో సోర్టీలను ప్రారంభించాడు. నానా సాహిబ్ రెండు మైళ్ల దూరంలో ఉన్న సవదా కోఠికి తన ప్రధాన కార్యాలయాన్ని వెనుదిరిగాడు. మూర్ యొక్క సోర్టీలకు ప్రతిస్పందనగా, నానా సాహిబ్ బ్రిటీష్ ప్రాబల్యంపై ప్రత్యక్ష దాడికి ప్రయత్నించాలని నిర్ణయించుకున్నాడు, కానీ తిరుగుబాటు సైనికులు ఉత్సాహం లేకపోవడాన్ని ప్రదర్శించారు. జూన్ 11న నానా సాహిబ్ బలగాలు తమ వ్యూహాలను మార్చుకున్నాయి. వారు నిర్దిష్ట భవనాలపై ఏకాగ్రతతో కాల్పులు జరపడం ప్రారంభించారు, అంతులేని సాల్వోస్ రౌండ్ షాట్‌లను ఎంట్రన్‌మెంట్‌లోకి కాల్చారు. వారు కొన్ని చిన్న బ్యారక్ భవనాలను విజయవంతంగా పాడుచేశారు మరియు భవనాలకు నిప్పు పెట్టడానికి కూడా ప్రయత్నించారు. జూన్ 12 సాయంత్రం నానా సాహిబ్ వైపు నుండి మొదటి పెద్ద దాడి జరిగింది. అయినప్పటికీ, దాడి చేసిన సైనికులు బ్రిటీష్ వారు గన్‌పౌడర్‌తో నిండిన కందకాలు వేశారని మరియు ఆ ప్రాంతంలోకి ప్రవేశించలేదని ఇప్పటికీ నమ్ముతున్నారు. జూన్ 13న, బ్రిటీష్ వారి ఆసుపత్రి భవనాన్ని అగ్నిప్రమాదంలో కోల్పోయారు, ఇది వారి వైద్య సామాగ్రిని చాలావరకు ధ్వంసం చేసింది మరియు అనేక మంది గాయపడిన మరియు అనారోగ్యంతో ఉన్న ఫిరంగిదళ సిబ్బంది మరణానికి కారణమైంది, వారు నరకంలో సజీవ దహనమయ్యారు. జూన్ 13న అగ్ని ప్రమాదంలో ఆసుపత్రిని కోల్పోవడం రక్షకులకు పెద్ద దెబ్బ. నానా సాహిబ్ యొక్క దళాలు దాడికి గుమిగూడాయి, కానీ తిప్పికొట్టబడ్డాయి లెఫ్టినెంట్ జార్జ్ ఆషే ఆధ్వర్యంలో ఫిరంగిదళం నుండి డబ్బా కొట్టడం ద్వారా. జూన్ 21 నాటికి, బ్రిటీష్ వారి సంఖ్యలో మూడింట ఒక వంతు మందిని కోల్పోయారు. లక్నోలోని కమాండింగ్ ఆఫీసర్ హెన్రీ లారెన్స్‌కు వీలర్ పదే పదే పంపిన సందేశాలకు సమాధానం లభించలేదు, ఎందుకంటే ఆ దండు స్వయంగా ముట్టడిలో ఉంది. జూన్ 23న దాడి స్నిపర్ కాల్పులు మరియు బాంబు దాడి జూన్ 23, 1857 వరకు, ప్లాసీ యుద్ధం యొక్క 100వ వార్షికోత్సవం వరకు కొనసాగింది. జూన్ 23, 1757న జరిగిన ప్లాసీ యుద్ధం భారతదేశంలో బ్రిటిష్ పాలన విస్తరణకు దారితీసిన కీలకమైన యుద్ధాలలో ఒకటి. సిపాయిల తిరుగుబాటుకు చోదక శక్తులలో ఒకటి, ప్లాసీ యుద్ధం జరిగిన సరిగ్గా వంద సంవత్సరాల తర్వాత భారతదేశంలో ఈస్టిండియా కంపెనీ

పాలన పతనమవుతుందని అంచనా వేసిన ప్రవచనం. ఇది నానా సాహిబ్ ఆధ్వర్యంలోని తిరుగుబాటు సైనికులను జూన్ 23, 1857న బ్రిటీష్ ప్రాబల్యంపై పెద్ద దాడికి ప్రేరేపించింది.

2వ బెంగాల్ అశ్విక దళానికి చెందిన తిరుగుబాటు సైనికులు ఛార్జ్‌కి నాయకత్వం వహించారు, అయితే వారు బ్రిటీష్ స్థావరానికి 50 గజాల దూరంలోకి చేరుకున్నప్పుడు డబ్బీ షాట్‌తో తిప్పికొట్టారు. అశ్వికదళ దాడి తరువాత, 1వ స్థానిక పదాతిదళానికి చెందిన సైనికులు ఒక ప్రయోగాన్ని ప్రారంభించారు కాటన్ బేల్స్ మరియు పారాపెట్‌ల వెనుక బ్రిటీష్ వారిపై దాడి. వారు తమ కమాండింగ్ ఆఫీసర్ రాధాయ్ సింగ్‌ను బ్రిటిష్ వారి ఓపెనింగ్ వాలీకి కోల్పోయారు. వారు పత్తి బేల్స్ నుండి రక్షణ పొందాలని ఆశించారు; అయినప్పటికీ, డబ్బా మంట నుండి బేల్స్ వెలుగులోకి వచ్చాయి మరియు వారికి ప్రమాదంగా మారాయి. మరో వైపున, లెఫ్టినెంట్ మౌబ్రే థామ్సన్ నేతృత్వంలోని 17 మంది బ్రిటీష్ పురుషులపై కొంతమంది తిరుగుబాటు సైనికులు చేతితో పోరాడారు. రోజు ముగిసే సమయానికి, దాడి చేసినవారు ఎంట్రన్‌మెంట్‌లోకి ప్రవేశించలేకపోయారు. ఈ దాడిలో 25 మంది తిరుగుబాటు సైనికులు మరణించారు, బ్రిటీష్ వైపు చాలా తక్కువ మంది మరణించారు.

బ్రిటీష్ దళాల లొంగుబాటు

వరుస బాంబు దాడులు, స్నిపర్ కాల్పులు మరియు దాడుల ఫలితంగా బ్రిటిష్ దండు భారీ నష్టాలను చవిచూసింది. ఇది వ్యాధితో బాధపడుతోంది మరియు ఆహారం, నీరు మరియు ఔషధాల సరఫరా తక్కువగా ఉంది. అతని కుమారుడు లెఫ్టినెంట్ గోర్డాన్ వీలర్ రౌండ్‌షాట్‌తో శిరచ్ఛేదం చేయబడిన తర్వాత జనరల్ వీలర్ యొక్క వ్యక్తిగత నైతికత తక్కువగా ఉంది. జనరల్ వీలర్ ఆమోదంతో, జోనా షెపర్డ్ అనే బ్రిటీష్ పౌర సేవకుడు నానా సాహిబ్ యొక్క దళాల పరిస్థితిని తెలుసుకోవడానికి మారువేషంలో అడుగుపెట్టాడు. అతను తిరుగుబాటు సైనికులచే త్వరగా బంధించబడ్డాడు.

అదే సమయంలో, నానా సాహిబ్ యొక్క దళాలు గన్‌పౌడర్‌తో నిండిన కందకాలు కలిగి ఉన్నాయని వారు విశ్వసిస్తున్నందున, నానా సాహిబ్ బలగాలు స్థావరంలోకి ప్రవేశించకుండా జాగ్రత్త వహించారు. నానా సాహిబ్ మరియు అతని సలహాదారులు ప్రతిష్టంభనను అంతం చేయడానికి ఒక ప్రణాళికను రూపొందించారు. జూన్ 24న, వారు ఒక మహిళా యూరోపియన్ ఖైదీ శ్రీమతి రోజ్ గ్రీన్‌వేని ఎంట్రెంచ్‌మెంట్‌కి పంపారు మరియు వారి సందేశాన్ని తెలియజేశారు. లొంగిపోవడానికి బదులుగా, నానా సాహిబ్

బ్రిటీష్ వారు అలహాబాద్‌కు బయలుదేరే గంగానది రేవు అయిన సతీచౌరా ఘాట్‌కు సురక్షితమైన మార్గంలో చేరుకుంటారని హామీ ఇచ్చారు.

జనరల్ వీలర్ ఈ ప్రతిపాదనను తిరస్కరించారు, ఎందుకంటే ఇది సంతకం చేయబడలేదు మరియు నానా సాహిబ్ స్వయంగా ఆఫర్ చేశాడని ఎటువంటి హామీ లేదు. మరుసటి రోజు, జూన్ 25న, నానా సాహిబ్ మరొక వృద్ధ మహిళా ఖైదీ అయిన శ్రీమతి జాకోబీ ద్వారా స్వయంగా సంతకం చేసిన రెండవ నోటును పంపాడు. బ్రిటీష్ శిబిరం రెండు గ్రూపులుగా విభజించబడింది, వివిధ అభిప్రాయాలతో ఒక సమూహం రక్షణను కొనసాగించడానికి అనుకూలంగా ఉంది.

రెండవ బృందం నానా సాహిబ్‌ను విశ్వసించడానికి సిద్ధంగా ఉంది. తరువాతి 24 గంటలలో, నానా సాహిబ్ బలగాల నుండి ఎటువంటి బాంబు దాడి జరగలేదు. చివరగా, అలహాబాద్‌కు సురక్షితమైన మార్గం కోసం జనరల్ వీలర్ లొంగిపోవాలని నిర్ణయించుకున్నాడు. ఒక రోజు తయారీ తరువాత, మరియు వారి చనిపోయిన వారిని సమాధి చేసిన తరువాత, బ్రిటిష్ వారు జూన్ 27, 1857 ఉదయం అలహాబాద్ బయలుదేరాలని నిర్ణయించుకున్నారు.

సతీచౌర ఘాట్ ఊచకోత

జూన్ 27 ఉదయం, జనరల్ వీలర్ నేతృత్వంలోని పెద్ద బ్రిటీష్ కాలమ్ స్థావరం నుండి బయటపడింది. నానా సాహిబ్ మహిళలు, పిల్లలు మరియు రోగులను నది ఒడ్డుకు వెళ్లేందుకు వీలుగా అనేక బండ్లు, డోలీలు మరియు ఏనుగులను పంపారు. బ్రిటీష్ అధికారులు మరియు సైనికాధికారులు తమ ఆయుధాలు మరియు మందుగుండు సామగ్రిని వారితో తీసుకెళ్లడానికి అనుమతించబడ్డారు మరియు దాదాపు మొత్తం తిరుగుబాటు సైన్యంతో పాటు వారిని తీసుకెళ్లారు. బ్రిటీష్ వారు సతీచౌరా ఘాట్‌కి ఉదయం 8 గంటలకు చేరుకున్నారు, నానా సాహిబ్ దాదాపు 40 పడవలను ఏర్పాటు చేశారు.

సతీచౌర ఘాట్ వద్ద గంగా నది అసాధారణంగా ఎండిపోయింది మరియు బ్రిటీష్ వారికి పడవలను తరలించడం కష్టమైంది. జనరల్ వీలర్ మరియు అతని పార్టీ వారి పడవలో కూరుకుపోయేలా చేయడంలో మొదటివారు మరియు మొదటివారు. భారతీయ పడవ నడిపేవారు ఒడ్డు నుండి బగుల్‌లు వినడంతో ఒడ్డుకు దూకి, ఒడ్డుకు ఈత కొట్టడం ప్రారంభించడంతో కొంత గందరగోళం నెలకొంది. వారు దూకుతుండగా, పడవలపై కొన్ని మంటలు తగిలాయి, కొన్ని పడవలు కాలిపోయాయి.

ఆ తర్వాత ఏం జరిగిందనే దానిపై వివాదం చుట్టుముట్టినప్పటికీ
సతీచౌరా ఘాట్ వద్ద మరియు మొదటి షూను ఎవరు కాల్చారు, వెంటనే, బయలుదేరిన బ్రిటీష్ తిరుగుబాటు సిపాయిలచే దాడి చేయబడి, చంపబడ్డారు లేదా బంధించబడ్డారు. తిరుగుబాటుదారులు పడవలను వీలైనంత ఎక్కువగా బురదలో ఉంచారని బ్రిటీష్ అధికారులు కొందరు పేర్కొన్నారు.

ఆలస్యం కలిగించే ఉద్దేశ్యం. వారు నానా సాహిబ్ యొక్క అని కూడా పేర్కొన్నారు
తిరుగుబాటుదారులు ఆంగ్లేయులందరిపై కాల్పులు జరిపి చంపడానికి గతంలో శిబిరం ఏర్పాటు చేసింది. ఈస్టిండియా కంపెనీ తరువాత నానా సాహిబ్‌పై ద్రోహం మరియు అమాయక ప్రజలను హత్య చేసినట్లు ఆరోపించినప్పటికీ, నానా సాహిబ్ ఈ ఊచకోతకి ముందస్తుగా ప్లాన్ చేశాడని లేదా ఆదేశించాడని నిరూపించడానికి ఎటువంటి ఆధారాలు కనుగొనబడలేదు. సతీచౌరా ఘాట్ ఊచకోత గందరగోళం ఫలితంగా జరిగిందని, నానా సాహిబ్ మరియు అతని సహచరులు అమలు చేసిన ఏ పథకం వల్ల కాదని కొందరు

చరిత్రకారులు భావిస్తున్నారు. మారణకాండలో ప్రాణాలతో బయటపడిన నలుగురిలో ఒకరైన లెఫ్టినెంట్ మౌబ్రే థామ్సన్, తనతో మాట్లాడిన ర్యాంక్ అండ్ ఫైల్ సిపాయిలకు రాబోయే హత్య గురించి తెలియదని నమ్మాడు.

సంఘర్షణ ప్రారంభమైన తర్వాత, నానా సాహిబ్ యొక్క జనరల్ తాంత్యా తోపే 2వ బెంగాల్ అశ్వికదళ యూనిట్ మరియు కొన్ని ఫిరంగి యూనిట్లను బ్రిటిష్ వారిపై కాల్పులు జరపాలని ఆదేశించాడు. తిరుగుబాటు అశ్విక దళం సావర్లు కత్తులు మరియు పిస్టల్స్‌తో మిగిలిన బ్రిటిష్ సైనికులను చంపడానికి నీటిలోకి వెళ్లారు. నానా సాహిబ్ వారి హత్యను ఆమోదించనందున జీవించి ఉన్న పురుషులు చంపబడ్డారు, మహిళలు మరియు పిల్లలను బందీలుగా తీసుకున్నారు. ముట్టడి సమయంలో దాదాపు 120 మంది మహిళలు మరియు పిల్లలను ఖైదీలుగా పట్టుకుని నానా సాహిబ్ ప్రధాన కార్యాలయమైన సవదా కోఠికి తరలించారు. ఈ సమయానికి, రెండు పడవలు దూరంగా వెళ్లగలిగాయి: జనరల్ వీలర్ యొక్క పడవ, మరియు రెండవ పడవ, ఒడ్డు నుండి ఒక రౌండ్ షాట్‌తో వాటర్‌లైన్ క్రింద రంధ్రం చేసింది. రెండవ పడవలోని బ్రిటీష్ ప్రజలు భయాందోళనలకు గురయ్యారు మరియు జనరల్ వీలర్ యొక్క పడవకు చేరుకోవడానికి ప్రయత్నించారు, అది నెమ్మదిగా సురక్షితమైన జలాల్లోకి వెళుతోంది. జనరల్ వీలర్ యొక్క పడవలో దాదాపు 60 మంది వ్యక్తులు ఉన్నారు మరియు తిరుగుబాటు సైనికులు నది ఒడ్డున వెంబడిస్తున్నారు. పడవ తరచూ ఇసుకతీరాలపై నిలిచిపోయింది. అలాంటి ఒక ఇసుక తీరంలో, లెఫ్టినెంట్ థామ్సన్ తిరుగుబాటు

సైనికులపై అభియోగానికి నాయకత్వం వహించాడు మరియు కొన్ని మందుగుండు సామగ్రిని పట్టుకోగలిగాడు. మరుసటి రోజు ఉదయం, పడవ మళ్లీ ఇసుక ఒడ్డు వద్ద ఇరుక్కుపోయింది, ఫలితంగా థామ్సన్ మరియు 11 మంది బ్రిటిష్ సైనికులు మరో ఛార్జ్ చేశారు. నేలపై భీకర పోరాటం తర్వాత, థామ్సన్ మరియు అతని మనుషులు పడవలోకి తిరిగి వెళ్లాలని నిర్ణయించుకున్నారు, కానీ వారు అనుకున్న చోట పడవ కనుగొనబడలేదు.

ఇంతలో, తిరుగుబాటుదారులు ఎదురుగా ఉన్న పడవపై దాడి చేశారు. కొంత కాల్పుల తర్వాత, పడవలోని బ్రిటిష్ పురుషులు తెల్ల జెండాను ఎగురవేయాలని నిర్ణయించుకున్నారు. వారిని పడవలో నుంచి దించి తిరిగి సవదా కోఠికి తీసుకెళ్లారు. నానా సాహిబ్ సైనికులు వారిపై కాల్పులు జరపడానికి సిద్ధంగా ఉన్నందున, బ్రతికి ఉన్న బ్రిటిష్ వారు నేలపై కూర్చున్నారు. మహిళలు తమ భర్తలతో కలిసి చనిపోతారని పట్టుబట్టారు, కానీ దూరంగా లాగారు. నానా సాహిబ్ వారు చనిపోయే ముందు ప్రార్థనలను చదవమని బ్రిటిష్ చాప్లిన్ మోన్‌క్రీఫ్ అభ్యర్థనను ఆమోదించారు. బ్రిటిష్ వారు మొదట తుపాకీలతో గాయపడ్డారు, ఆపై కత్తులతో చంపబడ్డారు. మహిళలు మరియు పిల్లలు బీబీఘర్‌లో ఇంతకు ముందు పట్టుబడిన వారి మిగిలిన సహోద్యోగులతో తిరిగి కలిపేందుకు, సవదా కోఠికి పరిమితమయ్యారు.

పడవను కనుగొనలేకపోయిన తరువాత, తిరుగుబాటు సైనికులను తప్పించుకోవడానికి థామ్సన్ పార్టీ చెప్పులు లేకుండా నడపాలని నిర్ణయించుకుంది. పార్టీ ఒక చిన్న మందిరంలో ఆశ్రయం పొందింది, అక్కడ థామ్సన్ చివరి ఛార్జ్‌కి నాయకత్వం వహించాడు. చివరికి, ఆరుగురు బ్రిటిష్ సైనికులు మరణించగా, మిగిలిన వారు నది ఒడ్డుకు తప్పించుకోగలిగారు. నదిలో దూకి ఈదుకుంటూ సురక్షితంగా బయటపడేందుకు ప్రయత్నించారు. అయితే, గ్రామానికి చెందిన తిరుగుబాటుదారుల బృందం బ్యాంకు వద్దకు చేరుకోవడంతో వారిని కొట్టడం ప్రారంభించారు. సైనికుల్లో ఒకరు మరణించగా, మిగిలిన నలుగురు థామ్సన్‌తో సహా, నది మధ్యలో తిరిగి ఈదుకుంటూ వచ్చారు. కొన్ని గంటలపాటు దిగువకు ఈత కొట్టిన తర్వాత, వారు ఒడ్డుకు చేరుకున్నారు, అక్కడ వారు బ్రిటిష్ విధేయుడైన రాజా దిరిగిబిజా సింగ్ వద్ద పనిచేసిన కొంతమంది రాజ్‌పుత్ మ్యాచ్‌లాక్‌మెన్‌లు కనుగొన్నారు. వారు బ్రిటిష్ సైనికులను రాజా రాజభవనానికి తీసుకువెళ్లారు. జోనా షెపర్డ్ (లొంగిపోవడానికి ముందు నానా సాహిబ్ చేత పట్టుబడ్డాడు) కాకుండా, ఈ నలుగురు బ్రిటిష్ సైనికులు బ్రిటిష్ వైపు

నుండి ప్రాణాలతో బయటపడిన ఏకైక మగవారు. నలుగురిలో మర్ఫీ మరియు సుల్లివన్ అనే ఇద్దరు ప్రైవేట్ వ్యక్తులు, లెఫ్టినెంట్ డెలాఫోస్సే మరియు లెఫ్టినెంట్ (తరువాత కెప్టెన్) మౌబ్రే థామ్సన్ ఉన్నారు. పురుషులు కోలుకోవడానికి చాలా వారాలు గడిపారు, చివరికి కాన్పూర్‌కు తిరిగి వచ్చారు, అది అప్పటికి బ్రిటిష్ నియంత్రణలో ఉంది. మర్ఫీ మరియు సుల్లివన్ ఇద్దరూ కలరాతో కొద్దికాలానికే మరణించారు, డెలాఫోస్ లక్నో ముట్టడి సమయంలో డిఫెండింగ్ దండులో చేరడానికి హాస్యాస్పదంగా వెళ్ళాడు మరియు థామ్సన్ జనరల్ విండ్‌హామ్ ఆధ్వర్యంలో రెండవసారి పునర్నిర్మాణంలో మరియు రక్షించడంలో పాల్గొన్నాడు, చివరికి అతని అనుభవాలను ప్రత్యక్షంగా వ్రాసాడు. ది స్టోరీ ఆఫ్ కాన్పోర్ (లండన్, 1859) పేరుతో. సతీచౌరా ఘాట్ మారణకాండలో ప్రాణాలతో బయటపడిన మరో 17 ఏళ్ల అమ్మాయి అమీ హార్న్. నది ఒడ్డున జరిగిన హత్యాకాండలో ఆమె పడవ నుండి పడిపోయింది మరియు కొట్టుకుపోయింది. ఒడ్డుకు చేరిన వెంటనే ఆమె వీలర్ యొక్క చిన్న కుమార్తె మార్గరెట్‌ను కలుసుకుంది. తిరుగుబాటుదారుల బృందం గుర్తించే వరకు ఇద్దరు బాలికలు కొన్ని గంటలపాటు అండర్‌గ్రోత్‌లో దాక్కున్నారు. మార్గరెట్‌ను గుర్రం మీద తీసుకువెళ్లారు, మళ్లీ చూడలేరు, మరియు అమీ ఇస్లాం మతంలోకి మారడానికి బదులుగా ఒక ముస్లిం తిరుగుబాటు నాయకుడి రక్షణలో ఆమెను తీసుకువెళ్లారు. కేవలం ఆరు నెలల తర్వాత, ఆమె లక్నో నుండి ఉపశమనం పొందేందుకు వెళుతున్న సమయంలో సర్ కోలిన్ కాంప్‌బెల్ యొక్క కాలమ్ నుండి హైల్యాండర్లచే రక్షించబడింది. జనరల్ వీలర్ యొక్క చిన్న కుమార్తె మారణకాండ నుండి బయటపడి ముస్లిం సైనికుడిని వివాహం చేసుకున్నట్లు పుకారు ఉంది. ఆమె మరణశయ్యపై, ఆమె జనరల్ వీలర్ కుమార్తె అని క్రైస్తవ పూజారితో చెప్పింది.

బీబీఘర్ ఊచకోత

బ్రతికి ఉన్న బ్రిటీష్ మహిళలు మరియు పిల్లలను సవదా కోఠి నుండి కాన్పూర్‌లోని విల్లా తరహా ఇల్లు అయిన బీబీఘర్ (లేడీస్ హౌస్)కి మార్చారు. ప్రారంభంలో, దాదాపు 120 మంది మహిళలు మరియు పిల్లలు బీబీఘర్‌కు పరిమితమయ్యారు. తరువాత జనరల్ వీలర్ యొక్క పడవ నుండి ప్రాణాలతో బయటపడిన మరికొందరు మహిళలు మరియు పిల్లలు వారితో చేరారు. ఫతేఘర్‌కు చెందిన మరో బ్రిటీష్ మహిళలు మరియు పిల్లలు, మరికొందరు బందీలుగా ఉన్న యూరోపియన్ మహిళలు కూడా బీబీఘర్‌కే పరిమితమయ్యారు. బీబీఘర్‌లో మొత్తం 200 మంది మహిళలు మరియు పిల్లలు ఉన్నారు.

నానా సాహిబ్ ఈ ప్రాణాలతో బయటపడిన వారి సంరక్షణను హుస్సేనీ ఖానుమ్ (హుస్సేనీ బేగం అని కూడా పిలుస్తారు) అనే వేశ్య కింద ఉంచాడు. ఆమె బందీలను చపాతీల కోసం మొక్కజొన్న మెత్తగా ఉంచింది. బీబీఘర్ వద్ద పేలవమైన పారిశుధ్య పరిస్థితులు కలరా మరియు విరేచనాల నుండి మరణాలకు దారితీశాయి.

ఈస్టిండియా కంపెనీతో బేరసారాలకు ఈ ఖైదీలను ఉపయోగించుకోవాలని నానా సాహిబ్ నిర్ణయించుకున్నాడు. సుమారు 1000 మంది బ్రిటీష్, 150 సిక్కు సైనికులు మరియు 30 క్రమరహిత అశ్విక దళంతో కూడిన కంపెనీ దళాలు, జనరల్ హెన్రీ హేవ్‌లాక్ ఆధ్వర్యంలో అలహాబాద్ నుండి బయలుదేరి కాన్పూర్ మరియు లక్నోలను తిరిగి స్వాధీనం చేసుకున్నారు. మరియు 78వ హైలాండర్స్ (ఆంగ్లో-పర్షియన్ యుద్ధం నుండి తిరిగి తీసుకురాబడింది), మళ్లించిన చైనా యాత్రలో మొదటి రాకపోకలు, 5 ఫ్యూసిలియర్స్, 90వ లైట్ ఇన్‌ఫాంట్రీలో భాగం (ఏడు కంపెనీలు), బర్మా నుండి 84వది మరియు EIC మద్రాస్ యూరోపియన్ ఫ్యూసిలియర్స్, వరకు మద్రాసు నుండి కలకత్తా, హేవ్‌లాక్ యొక్క ప్రారంభ దళాలు తరువాత మేజర్ రెనాడ్ మరియు ఆధీనంలోని దళాలతో చేరాయి. జూన్ 11న కలకత్తా నుండి అలహాబాద్‌కు వచ్చిన కల్నల్ జేమ్స్ నీల్. జనరల్ హేవ్‌లాక్ మరియు కల్నల్ నీల్ ఆధ్వర్యంలోని ఈస్టిండియా కంపెనీ బలగాలను అలహాబాద్‌కు వెనుదిరగాలని నానా సాహిబ్ కోరారు. అయినప్పటికీ, కంపెనీ బలగాలు కనికరం లేకుండా కాన్పూర్ వైపు ముందుకు సాగాయి. నానా సాహిబ్ వారి ముందస్తును తనిఖీ చేయడానికి సైన్యాన్ని పంపాడు.

రెండు సైన్యాలు జులై 12న ఫతేపూర్‌లో కలుసుకున్నాయి, అక్కడ జనరల్ హేవ్‌లాక్ దళాలు విజయం సాధించి పట్టణాన్ని స్వాధీనం చేసుకున్నాయి.

నానా సాహిబ్ తన సోదరుడు బాలరావు ఆధ్వర్యంలో మరొక బలగాన్ని పంపాడు. జులై 15న, జనరల్ హేవ్‌లాక్ ఆధ్వర్యంలోని బ్రిటీష్ దళాలు అయోంగ్ గ్రామం వెలుపల ఉన్న ఆంగ్ యుద్ధంలో బాలరావు సైన్యాన్ని ఓడించాయి. జులై 16న, హేవ్‌లాక్ బలగాలు కాన్పూర్‌కు వెళ్లడం ప్రారంభించాయి. ఆంగ్ యుద్ధంలో, హేవ్‌లాక్ కొంతమంది తిరుగుబాటు సైనికులను బంధించగలిగాడు, వారు రహదారిపై 8 ఫిరంగి ముక్కలతో 5,000 మంది తిరుగుబాటు సైనికులతో కూడిన సైన్యం ఉందని అతనికి తెలియజేశారు. హేవ్‌లాక్ ఈ సైన్యంపై పార్శ్వ దాడిని ప్రారంభించాలని నిర్ణయించుకుంది, కానీ తిరుగుబాటు సైనికులు పార్శ్వపు యుక్తిని గుర్తించి కాల్పులు జరిపారు. యుద్ధం ఫలితంగా ఇరువైపులా భారీ ప్రాణనష్టం జరిగింది, అయితే బ్రిటిష్ వారికి కాన్పూర్‌కు వెళ్లే మార్గం సుగమమైంది.

ఈ సమయానికి, కంపెనీ బలగాలు కాన్పూర్‌ను సమీపిస్తున్నాయని స్పష్టమైంది మరియు నానా సాహిబ్ యొక్క బేరసారాల ప్రయత్నాలు విఫలమయ్యాయి. హేవ్‌లాక్ మరియు నీల్ నేతృత్వంలోని బ్రిటిష్ సేనలు భారతీయ గ్రామస్తులపై హింసకు పాల్పడుతున్నాయని నానా సాహిబ్‌కు సమాచారం అందింది. ప్రమోద్ నాయర్ వంటి కొంతమంది చరిత్రకారులు, రాబోయే బీబీఘర్ ఊచకోత బ్రిటీష్ దళాలు ముందుకు సాగుతున్న హింసకు సంబంధించిన వార్తలకు ప్రతిస్పందనగా నమ్ముతారు.

నానా సాహిబ్, మరియు అతని సహచరులు, తాంత్యా తోపే మరియు అజీముల్లా ఖాన్, బందీలను ఏమి చేయాలనే దాని గురించి చర్చించారు.

బీబీఘర్. నానా సాహిబ్ సలహాదారులు కొందరు అప్పటికే బీబీఘర్ వద్ద బందీలను చంపాలని నిర్ణయించుకున్నారు, బ్రిటీష్ దళాలు ముందుకు సాగుతున్న భారతీయుల హత్యలకు ప్రతీకారంగా. నానా సాహిబ్ ఇంటిలోని మహిళలు ఈ నిర్ణయాన్ని వ్యతిరేకిస్తూ నిరాహార దీక్షకు దిగారు, కానీ వారి ప్రయత్నాలు ఫలించలేదు. చివరగా, జులై 15న, తీవ్ర అభ్యంతరం ఉన్నప్పటికీ, బీబీఘర్‌లో ఖైదు చేయబడిన స్త్రీలు మరియు పిల్లలను చంపాలని ఆదేశించబడింది. నానా సాహిబ్ నుండి. ఈ ఘటనకు సంబంధించిన వివరాలు, హత్యాకాండకు ఎవరు ఆదేశించారనేది స్పష్టంగా తెలియరాలేదు.

తిరుగుబాటు సిపాయిలు ఫతేఘర్ నుండి జీవించి ఉన్న నలుగురు మగ బందీలను ఉరితీశారు, వారిలో ఒకడైన 14 ఏళ్ల బాలుడు. కానీ వారు స్త్రీలను మరియు ఇతర పిల్లలను చంపే ఆజ్ఞను పాటించటానికి నిరాకరించారు. విధినిర్వహణకు పాల్పడినందుకు తాంత్యా తోపే వారిని ఉరితీస్తానని బెదిరించినప్పుడు కొంతమంది సిపాయిలు మహిళలు మరియు పిల్లలను ప్రాంగణం నుండి తొలగించడానికి అంగీకరించారు. జరుగుతున్న మారణకాండకు సాక్షిగా ఉండకూడదనుకుని నానా సాహిబ్ భవనం విడిచిపెట్టాడు.

బ్రిటీష్ మహిళలు మరియు పిల్లలను అసెంబ్లీ గదుల నుండి బయటకు రావాలని ఆదేశించారు, కానీ వారు అలా చేయడానికి నిరాకరించారు మరియు ఒకరినొకరు అతుక్కుపోయారు. డోర్ హ్యాండిల్స్‌ను దుస్తులతో కట్టి తమను తాము అడ్డుకున్నారు. మొదట, దాదాపు ఇరవై మంది తిరుగుబాటు సైనికులు బీబీఘర్ వెలుపల కాల్పులు జరిపారు, ఎక్కిన కిటికీలలోని రంధ్రాల ద్వారా కాల్పులు జరిపారు. తదుపరి రౌండ్‌లో కాల్పులు జరపాల్సిన స్క్వాడ్‌లోని సైనికులు ఆ దృశ్యాన్ని చూసి కలవరపడ్డారు మరియు వారి షాట్‌లను గాలిలోకి విడుదల చేశారు. వెంటనే, లోపల అరుపులు మరియు మూలుగులు విన్న తిరుగుబాటు సైనికులు తాము స్త్రీలను మరియు పిల్లలను చంపబోమని ప్రకటించారు. కోపంతో బేగం హుస్సేనీ ఖానుమ్ సిపాయిల చర్యగా పేర్కొన్నారు పిరికితనంగా, తన ప్రేమికుడు సర్వర్ ఖాన్‌ని ఉద్యోగం పూర్తి

చేయమని కోరింది. బందీలను చంపడం. సర్వర్ ఖాన్ కొంతమంది కసాయిలను నియమించుకున్నాడు, వారు బతికి ఉన్న స్త్రీలు మరియు పిల్లలను క్లీవర్లతో హత్య చేశారు. బందీలందరూ చంపబడ్డారని అనిపించినప్పుడు కసాయిలు వెళ్లిపోయారు. అయితే, కొంతమంది మహిళలు మరియు పిల్లలు ఇతర మృతదేహాల కింద దాక్కుని జీవించగలిగారు. మృతుల మృతదేహాలను కొందరు స్వీపర్లు ఎండిపోయిన బావిలో పడవేసేందుకు అంగీకరించారు. మరుసటి రోజు ఉదయం, తిరుగుబాటుదారులు మృతదేహాలను పారవేసేందుకు వచ్చినప్పుడు, వారు ముగ్గురు మహిళలు మరియు నాలుగు మరియు ఏడు సంవత్సరాల మధ్య వయస్సు గల ముగ్గురు పిల్లలు ఇంకా సజీవంగా ఉన్నట్లు గుర్తించారు. హత్యకు గురైన వారి మృతదేహాలను కూడా విప్పేయమని చెప్పిన స్వీపర్లు బతికి ఉన్న మహిళలను బావిలో పడేశారు. దీంతో స్వీపర్లు ముగ్గురు చిన్నారులను బావిలో పడేశారు. కొంతమంది బాధితులు, వారిలో చిన్న పిల్లలు, కాబట్టి చనిపోయిన శవాల కుప్పలో సజీవంగా ఖననం చేయబడ్డారు.

బ్రిటీష్ సైనికులచే తిరిగి స్వాధీనం మరియు హింస

కంపెనీ దళాలు జులై 16న కాన్పూర్‌కు చేరుకుని, నగరాన్ని స్వాధీనం చేసుకున్నాయి. బందీలు ఇంకా బతికే ఉన్నారని భావించి వారిని రక్షించేందుకు బ్రిటిష్ అధికారులు మరియు సైనికుల బృందం బీబీఘర్‌కు బయలుదేరింది. అయితే, వారు సైట్‌కు చేరుకున్నప్పుడు, వారు బ్రిటిష్ మహిళలు మరియు పిల్లల మృతదేహాలను మాత్రమే కనుగొన్నారు.

కాన్పూర్‌లో కమాండ్ తీసుకున్న బ్రిగేడియర్ జనరల్ నీల్, అరెస్టు చేసిన తిరుగుబాటుదారులకు రక్షణగా నిరూపించలేకపోతే వెంటనే శిక్ష విధించాలని నిర్ణయించుకున్నాడు. బలవంతంగా రక్తాన్ని శుభ్రం చేయించారు బీబీఘర్ కాంపౌండ్ అంతస్తు నుండి. అప్పుడు, వారు గొడ్డు మాంసం (హిందువు అయితే) లేదా పంది మాంసం (ముస్లిం అయితే) తినమని బలవంతం చేయబడ్డారు- వారు అపవిత్రంగా భావించారు. కొంతమంది ముస్లిం సిపాయిలు ఉరి వేయబడటానికి ముందు పంది చర్మాలలో విత్తబడ్డారు మరియు అధిక-కుల బ్రాహ్మణ తిరుగుబాటుదారులను ఉరితీయడానికి స్వీపర్లను నియమించారు. మతపరమైన బాధితులను అవమానపరచడం మరియు మరణానంతర జీవితంలో వారు ఆశించే ప్రతిఫలాన్ని నిరోధించడం ఆలోచన. ఆ తర్వాత, తిరుగుబాటుదారులను ఉరితీసి, ఆపై రోడ్డుపక్కన ఉన్న గుంటలో పాతిపెడతారు. బీబీఘర్ వద్ద బావి పక్కనే నూకలు ఏర్పాటు చేశారు,

తద్వారా వారు ఊచకోత కనుచూపుమేరలో చనిపోతారు. కొంతమంది తిరుగుబాటుదారులు ఫిరంగి నోటికి అడ్డంగా కట్టివేయబడ్డారు, వాటిని కాల్చారు; ప్రారంభంలో తిరుగుబాటుదారులు మరియు మరాఠాలు మరియు మొఘలులు వంటి మునుపటి భారతీయ శక్తులు ఉపయోగించిన ఉరిశిక్ష పద్ధతి. ఊచకోత గురించి తెలిసిన తర్వాత కోపంగా ఉన్న బ్రిటీష్ సైనికులు విచక్షణారహితంగా హింసకు పాల్పడ్డారు, దోపిడి మరియు ఇళ్లను తగులబెట్టారు. బీబీఘర్ మారణకాండను ఆపడానికి ఏమీ చేయనందుకు తటస్థంగా ఉన్న స్థానికులపై కూడా వారు ఆగ్రహం వ్యక్తం చేశారు. కాన్‌పోర్ గుర్తుంచుకో! మిగిలిన సంఘర్షణ కోసం బ్రిటిష్ సైనికులకు యుద్ధ కేకగా మారింది. ఒక గ్రామంలో, హైలాండర్లు దాదాపు 140 మంది పురుషులు, మహిళలు మరియు పిల్లలను పట్టుకున్నారు. ఎలాంటి ఆధారాలు లేకుండానే పది మందిని ఉరితీశారు. మరో అరవై మంది పురుషులు బలవంతంగా లేదా చెక్క దుంగలతో ఉరి కట్టడానికి బలవంతం చేయబడ్డారు, మరికొందరు కొరడాలతో కొట్టబడ్డారు. మరో గ్రామంలో, దాదాపు 2,000 మంది గ్రామస్తులు లాఠీలతో నిరసనకు దిగినప్పుడు, బ్రిటిష్ దళాలు వారిని చుట్టుముట్టి గ్రామాన్ని తగలబెట్టారు. తప్పించుకునేందుకు ప్రయత్నించిన గ్రామస్తులను కాల్చి చంపారు. తర్వాత జూలై 19న బితూర్‌లో జనరల్ హేవ్‌లాక్ తిరిగి కార్యకలాపాలు ప్రారంభించింది. బితూర్‌లోని నానా సాహిబ్ రాజభవనం ప్రతిఘటన లేకుండా ఆక్రమించబడింది. బ్రిటీష్ సేనలు తుపాకులు, ఏనుగులు మరియు ఒంటెలను స్వాధీనం చేసుకుని, నానా సాహిబ్ రాజభవనాన్ని కాల్చివేశాయి. నవంబర్ 1857లో, తాంత్యా తోపే కాన్పూర్‌ను తిరిగి స్వాధీనం చేసుకోవడానికి గ్వాలియర్ దళానికి చెందిన తిరుగుబాటు సైనికులతో కూడిన పెద్ద సైన్యాన్ని సేకరించాడు. నవంబర్ 19 నాటికి, తాంత్యా తోపే యొక్క అడ్వాన్స్ గార్డ్ 6,000 మంది కాన్పూర్ యొక్క పశ్చిమ మరియు వాయువ్య మార్గాలన్నింటిపై ఆధిపత్యం చెలాయించారు. ఏది ఏమైనప్పటికీ, కాన్పూర్ ప్రాంతంలో తిరుగుబాటుకు ముగింపు పలికిన రెండవ కాన్పూర్ యుద్ధంలో తాంత్యా తోపే యొక్క దళాలు కొలిన్ కాంప్‌బెల్ ఆధ్వర్యంలోని కంపెనీ దళాలచే ఓడిపోయాయి. తాంత్యా తోపే తర్వాత రాణి లక్ష్మీబాయితో చేరారు. నానా సాహిబ్ అదృశ్యమయ్యాడు మరియు 1859 నాటికి అతను నేపాల్‌కు పారిపోయాడు. అతని అంతిమ విధి ఎన్నడూ నిర్ణయించబడలేదు. 1888 వరకు, అతను బంధించబడ్డాడని పుకార్లు మరియు నివేదికలు ఉన్నాయి మరియు అనేక మంది వ్యక్తులు వృద్ధాప్యంలో నానా అని చెప్పుకుంటూ బ్రిటీష్ వారిని

ఆశ్రయించారు. ఈ నివేదికలలో ఎక్కువ భాగం అవాస్తవమని తేలినందున, అతనిని పట్టుకోవటానికి తదుపరి ప్రయత్నాలు విరమించబడ్డాయి..

హేవ్‌లాక్ సైన్యంచే రక్షించబడిన బ్రిటీష్ సివిల్ సర్వెంట్ జోనా షెపర్డ్, తిరుగుబాటు తర్వాత కొన్ని సంవత్సరాల పాటు బలవంతంగా చంపబడిన వారి జాబితాను రూపొందించడానికి ప్రయత్నించాడు. ముట్టడి సమయంలో అతను తన మొత్తం కుటుంబాన్ని కోల్పోయాడు. అతను చివరికి 1860ల చివరలో కాన్‌పూర్‌కు ఉత్తరాన ఉన్న ఒక చిన్న ఎస్టేట్‌కి పదవీ విరమణ చేశాడు.

తిరుగుబాటు అణచివేయబడిన తరువాత, బ్రిటీష్ వారు బీబీఘర్‌ను కూల్చివేశారు. వారు సైట్ వద్ద ఒక స్మారక రెయిలింగ్ మరియు ఒక శిలువను పెంచారు. బ్రిటీష్ మహిళలు మరియు పిల్లల మృతదేహాలను పడవేసిన బావిలో. కాన్పూర్ నివాసులు స్మారక చిహ్నం ఏర్పాటు కోసం £30,000 చెల్లించవలసి వచ్చింది; బీబీఘర్‌లోని మహిళలు మరియు పిల్లలకు సహాయం చేయనందుకు ఇది పాక్షికంగా వారికి శిక్ష.

బావి యొక్క వృత్తాకార శిఖరం యొక్క అవశేషాలు భారతదేశానికి స్వాతంత్ర్యం వచ్చిన తర్వాత నిర్మించబడిన నానా రావ్ పార్క్ వద్ద ఇప్పటికీ చూడవచ్చు. బ్రిటీష్ వారు మరణించిన వారి జ్ఞాపకార్థం ఆల్ సోల్స్ మెమోరియల్ చర్చిని కూడా నిర్మించారు. సతీచౌరా ఘాట్ ఊచకోత జరిగిన నాలుగు రోజుల తర్వాత, జూలై 1, 1857న 70 మంది బ్రిటీష్ పురుషుల సమాధులను బంధించి ఉరితీయడాన్ని చర్చి వెలుపల ఒక మూసివున్న పేవ్‌మెంట్ సూచిస్తుంది. 1947లో భారత స్వాతంత్ర్యం తర్వాత

'శోకపూరిత సెరాఫ్'తో ఉన్న పాలరాతి గోతిక్ స్క్రీన్ ఆల్ సోల్స్ చర్చి యొక్క చర్చి యార్డ్‌కు బదిలీ చేయబడింది మరియు దాని స్థానంలో తాంత్యా తోపే విగ్రహం స్థాపించబడింది.

లక్నో ముట్టడి

లక్నో ముట్టడి అనేది 1857 నాటి భారతీయ తిరుగుబాటు సమయంలో లక్నో నగరంలో రెసిడెన్సీ యొక్క సుదీర్ఘ రక్షణ (భారత స్వాతంత్ర్య మొదటి యుద్ధం లేదా భారతీయ తిరుగుబాటు అని కూడా పిలుస్తారు). రెండు వరుస సహాయ ప్రయత్నాలు నగరానికి చేరుకున్న తర్వాత, రక్షకులు మరియు పౌరులు రెసిడెన్సీ నుండి ఖాళీ చేయబడ్డారు, అది వదిలివేయబడింది.

లక్నో భారతదేశంలోని పూర్వ రాష్ట్రమైన ఔద్ (ఇప్పుడు అవధ్ అని పిలుస్తారు మరియు ఉత్తరప్రదేశ్ రాష్ట్రంలోని ప్రాంతం) యొక్క రాజధాని. బ్రిటీష్ వారి సుదీర్ఘ రక్షణ విజయవంతం కాని తిరుగుబాటులో కీలకమైన ఎపిసోడ్లలో ఒకటిగా నిరూపించబడింది. ప్రధానంగా ప్రతిష్ట మరియు నైతికత సమస్యలు ఉన్నాయి, కానీ లక్నో కూడా బ్రిటిష్ మరియు తిరుగుబాటుదారుల ప్రధాన దళాలు కేంద్రీకృతమై ఉంది.

లక్నో రెసిడెన్సీ

రెసిడెన్సీ అనేది వాస్తవానికి 1800 ADలో అప్పటి ఔద్ నవాబ్ నవాబ్ సాదత్ అలీ ఖాన్ చేత నిర్మించబడిన భవనాల సమూహం. నవాబు ఆస్థానంలో ప్రతినిధిగా ఉన్న బ్రిటీష్ రెసిడెంట్ జనరల్ నివాసం కోసం దీనిని నిర్మించారు. ఈ ప్యాలెస్ దశాబ్దాలుగా నిద్రపోయే

నివాసంగా ఉంది, కానీ తరువాత ఒక సంఘటన వచ్చింది, అది ప్రపంచ పటంలో ఉంచబడింది.

1857వ సంవత్సరం దాని నాటకీయ సంఘటనల కారణంగా చరిత్ర యొక్క చరిత్రలలో ఎల్లప్పుడూ ప్రస్తావించబడుతుంది. ఆ సంవత్సరంలో సిపాయిల తిరుగుబాటు జరిగింది, దీనిని "మొదటిది" అని కూడా పిలుస్తారు.

భారత స్వాతంత్ర్య యుద్ధం'. లక్నో కూడా ఆ తిరుగుబాటు యొక్క స్థానాల్లో ఒకటిగా మారింది, లక్నో ముట్టడి సమయంలో రెసిడెన్సీ అత్యంత చర్చనీయాంశంగా మారింది. తిరుగుబాటుదారులు ఆ సంవత్సరం జూన్ ప్రారంభంలో ది రెసిడెన్సీపై ముట్టడి వేశారు. ఔద్ నగరంలో నివసించిన దాదాపు అందరు యూరోపియన్లు రెసిడెన్సీలో ఆశ్రయం పొందారు. ముట్టడి సమయంలో 3500 మంది వరకు ఆశ్రయం పొందారని చెప్పారు. 140 రోజులకు పైగా ముట్టడి కొనసాగింది.

ది రెసిడెన్సీ ముట్టడి యొక్క సాగా' విప్లవకారుల ప్రయత్నాలను అణిచివేసేందుకు కొంతమంది పురుషులు, మహిళలు మరియు పిల్లలు చేసిన ధైర్య ప్రయత్నంగా భారతదేశ చరిత్రలో నిలిచిపోతుంది. ప్యాలెస్ నివాసం ఒక నెల పాటు కొనసాగిన నిరంతర షెల్లింగ్ సమయంలో కలిసి జరిగింది. కానన్ బంతులు రెసిడెన్సీ గోడలను ఎండిపోయాయి కానీ ప్యాలెస్ అద్భుతంగా జరిగింది. సర్ హెన్రీ లారెన్స్ బాధ్యత వహించిన 3500 మానవ జీవితాలను రక్షణ మరియు ప్రతిఘటనను చేపట్టారు. అతను ముట్టడి చివరి రోజులలో పడతాడు. ఉపబల దళం 5 నెలల తర్వాత రాజభవనాన్ని రక్షించింది.

రెడ్‌బ్రిక్ శిధిలాలు ఇప్పుడు ప్రశాంతంగా ఉన్నాయి, పచ్చిక బయళ్ళు మరియు పూలచెట్లతో చుట్టుముట్టబడ్డాయి, అయితే నెలరోజుల పాటు జరిగిన ముట్టడిలో వేలాది మంది చనిపోయారు. రెసిడెన్సీ అంతిమ ఉపశమన సమయంలో అలాగే నిర్వహించబడింది మరియు పగిలిన గోడలు ఇప్పటికీ ఫిరంగి కాల్చిన మచ్చలతో ఉన్నాయి. స్వాతంత్ర్యం వచ్చినప్పటి నుండి కూడా, కొద్దిగా మారలేదు. బ్రూడింగ్ నిశ్శబ్దం శిధిలాలను చుట్టుముడుతుంది మరియు చనిపోయినవారి దయ్యాలు అకస్మాత్తుగా కార్యరూపం దాల్చి, గదుల్లో ఎగిరిపోతాయని దాదాపుగా ఆశించారు. సమీపంలోని శిధిలమైన చర్చి వద్ద ఉన్న స్మశానవాటికలో 2000 మంది పురుషులు, మహిళలు మరియు పిల్లల సమాధులు ఉన్నాయి, వీరిలో సామ్రాజ్యాన్ని రక్షించడంలో మరణించిన సర్ హెన్రీ లారెన్స్ కూడా ఉన్నారు. సర్ లారెన్స్ సమాధి దగ్గర "తన కర్తవ్యాన్ని నిర్వర్తించడానికి ప్రయత్నించిన సామ్రాజ్యపు కొడుకు ఇక్కడ ఉన్నాడు" అని రాసి ఉన్న ఒక శతాబ్దపు శిలాశాసనం ఉంది.

నేపథ్య

ఔద్ రాష్ట్రాన్ని బ్రిటీష్ ఈస్ట్ ఇండియా కంపెనీ స్వాధీనం చేసుకుంది మరియు తిరుగుబాటు చెలరేగడానికి ఒక సంవత్సరం ముందు నవాబ్ వాజిద్ అలీ షా కలకత్తాకు బహిష్కరించబడ్డాడు. ఈస్టిండియా కంపెనీ చేసిన ఈ అత్యున్నత చర్య రాష్ట్రంలో మరియు భారతదేశంలోని ఇతర ప్రాంతాలలో తీవ్ర ఆగ్రహం వ్యక్తం చేసింది. కొత్తగా స్వాధీనం చేసుకున్న భూభాగానికి నియమించబడిన మొదటి బ్రిటీష్ కమీషనర్ (వాస్తవానికి, గవర్నర్) వ్యూహాత్మకంగా ప్రవర్తించారు మరియు చాలా అనుభవజ్ఞుడైన

నిర్వాహకుడైన సర్ హెన్రీ లారెన్స్ తిరుగుబాటుకు ఆరు వారాల ముందు మాత్రమే నియామకాన్ని చేపట్టారు.

బెంగాల్ ప్రెసిడెన్సీ ఆర్మీకి చెందిన సిపాయిలు (భారత సైనికులు) మునుపటి కంటే ఎక్కువగా ఇబ్బంది పడ్డారు.

సంస్థ యొక్క సువార్త కార్యకలాపాల నుండి తమ మతం మరియు ఆచారాలు ముప్పులో ఉన్నాయని భావించారు. లారెన్స్ తన ఆధ్వర్యంలోని భారత దళాల తిరుగుబాటు స్థితి గురించి బాగా తెలుసు (ఇందులో ఔద్ రాష్ట్ర మాజీ సైన్యం కూడా ఉంది). ఏప్రిల్ 18న అతను గవర్నర్ జనరల్, లార్డ్ కానింగ్, అసంతృప్తి యొక్క కొన్ని వ్యక్తీకరణల గురించి హెచ్చరించాడు మరియు కొన్ని తిరుగుబాటు దళాలను మరొక ప్రావిన్స్‌కు బదిలీ చేయడానికి అనుమతి కోరారు.

తిరుగుబాటు యొక్క ఫ్లాష్ పాయింట్ ఎన్ఫీల్డ్ రైఫిల్ పరిచయం. ఈ ఆయుధం కోసం గుళికలు నమ్మబడ్డాయి. గొడ్డు మాంసం మరియు పంది కొవ్వు మిశ్రమంతో గ్రీజు వేయాలి, ఇది హిందూ మరియు ముస్లిం భారతీయ సైనికులను అపవిత్రం చేస్తుంది. మే 1న 7" ఔద్ ఇర్రెగ్యులర్ పదాతి దళం కాట్రిడ్జ్‌ను కొరుకేందుకు నిరాకరించింది మరియు మే 3న వారు ఇతర రెజిమెంట్లచే నిరాయుధీకరించబడ్డారు.

మే 10న, మీరట్‌లోని భారత సైనికులు బహిరంగ తిరుగుబాటుకు దిగారు మరియు ఢిల్లీకి కవాతు చేశారు. ఈ వార్త లక్నోకు చేరినప్పుడు, లారెన్స్ సంక్షోభం యొక్క గురుత్వాకర్షణను గుర్తించి, వారి ఇళ్ల నుండి పింఛనుదారులను పిలిపించారు, ఒకరు సిపాయిలు మరియు ఒక ఫిరంగిదళ సిబ్బంది, ఎవరి విధేయతతో మరియు సిక్కు మరియు కొంతమంది హిందూ సిపాయిలకు విజయవంతమైన రక్షణ రెసిడెన్సీ ఎక్కువగా చెల్లించాల్సి ఉంది.

తిరుగుబాటు ప్రారంభమవుతుంది

మే 23 నుండి, లారెన్స్ రెసిడెన్సీని పటిష్టం చేయడం మరియు ముట్టడి కోసం సరఫరా చేయడం ప్రారంభించాడు. పెద్ద సంఖ్యలో బ్రిటిష్ పౌరులు బయటి జిల్లాల నుండి రెసిడెన్సీకి చేరుకున్నారు. మే 30న, లక్నోలో చాలా వరకు ఔద్ మరియు బెంగాల్ దళాలు బహిరంగ తిరుగుబాటుకు దిగాయి. స్థానికంగా రిక్రూట్ చేయబడిన అతని పెన్షనర్లతో పాటు, లారెన్స్ బ్రిటీష్ 32 రెజిమెంట్ ఆఫ్ ఫుట్‌లో ఎక్కువ భాగాన్ని కూడా

కలిగి ఉన్నాడు మరియు వారు తిరుగుబాటుదారులను నగరం నుండి దూరం చేయగలిగారు.

జూన్ 4న లక్నో నుండి 51 మైళ్ల (82 కిమీ) దూరంలో ఉన్న పెద్ద మరియు ముఖ్యమైన స్టేషన్ అయిన సీతాపూర్ వద్ద తిరుగుబాటు జరిగింది. దీని తర్వాత ప్రావిన్స్‌లోని అత్యంత ముఖ్యమైన నగరాల్లో ఒకటైన ఫైజాబాద్‌లో మరొకటి, దర్యాబాద్, సుల్తాన్‌పూర్ మరియు సలోన్‌లలో వ్యాప్తి చెందింది. ఈ విధంగా పది రోజుల వ్యవధిలో ఔద్‌లో ఆంగ్ల అధికారం ఆచరణాత్మకంగా అదృశ్యమైంది.

జూన్ 30న లారెన్స్ తిరుగుబాటుదారులు లక్నోకు ఉత్తరాన గుమిగూడుతున్నారని తెలుసుకున్నాడు మరియు అందుబాటులో ఉన్న నిఘా నాణ్యత తక్కువగా ఉన్నప్పటికీ, అమలులో ఉన్న నిఘాను ఆదేశించాడు. అతనికి చాలా తక్కువ సైనిక అనుభవం ఉన్నప్పటికీ, లారెన్స్ స్వయంగా యాత్రకు నాయకత్వం వహించాడు. యాత్ర చాలా చక్కగా నిర్వహించబడలేదు. వేడి వాతావరణం ఉన్న సమయంలో రోజులో అత్యంత వేడిగా ఉండే సమయంలో ఆహారం లేదా తగినంత నీరు లేకుండా దళాలు కవాతు చేయవలసి వచ్చింది మరియు చిన్హాట్ వద్ద వారు అశ్విక దళం మరియు తవ్విన ఫిరంగులతో చక్కటి వ్యవస్థీకృత తిరుగుబాటు దళాన్ని కలుసుకున్నారు. లారెన్స్ యొక్క కొంతమంది సిపాయిలు మరియు భారతీయ ఫిరంగిదళ సిబ్బంది తిరుగుబాటుదారులకు ఫిరాయించారు, మరియు అతని అలసిపోయిన బ్రిటిష్ సైనికులు అస్తవ్యస్తంగా వెనుతిరిగారు. పారిపోయిన వారిలో కొందరు రెసిడెన్సీ కనుచూపుమేరలో వేడిగాలులతో మరణించారు.

లెఫ్టినెంట్ విలియం జార్జ్ క్యూబిట్, 13 స్థానిక పదాతిదళం, తిరోగమన సమయంలో 32వ రెజిమెంట్ ఆఫ్ ఫుట్‌లోని ముగ్గురు వ్యక్తుల ప్రాణాలను కాపాడినందుకు చాలా సంవత్సరాల తర్వాత విక్టోరియా క్రాస్‌ను పొందారు. అతనిది ప్రత్యేకమైన చర్య కాదు; బ్రిటీష్ వారికి విధేయులైన సిపాయిలు, ముఖ్యంగా 13వ స్థానిక పదాతిదళానికి చెందిన వారు, అనేక మంది బ్రిటీష్ సైనికులను రక్షించారు, వారి స్వంత గాయపడిన వారిని కూడా విడిచిపెట్టారు.

ప్రారంభ దాడులు

లారెన్స్ రెసిడెన్సీలో తిరిగి పడిపోయాడు, అక్కడ ఇప్పుడు ముట్టడి ప్రారంభమైంది. రెసిడెన్సీ రక్షణ కేంద్రంగా ఉండేది. అసలు డిఫెంటెడ్ లైన్ ఆరు వేరు చేయబడిన చిన్న భవనాలు మరియు నాలుగు స్థిరపడిన బ్యాటరీలపై ఆధారపడింది. ఈ స్థానం దాదాపు 60 ఎకరాల భూమిని కలిగి ఉంది మరియు దండు (855 మంది బ్రిటీష్ అధికారులు మరియు సైనికులు, 712 మంది భారతీయులు, 153 పౌర వాలంటీర్లు, 1,280 మంది నాన్-కాంబాటెంట్లు, వందలాది మంది మహిళలు మరియు పిల్లలతో సహా) సరిగ్గా సిద్ధం చేయబడిన వారి నుండి సమర్థవంతంగా రక్షించడానికి చాలా చిన్నది. మరియు దాడికి మద్దతు ఇచ్చింది.

అలాగే, రెసిడెన్సీ అనేక రాజభవనాలు, మసీదులు మరియు పరిపాలనా భవనాల మధ్యలో ఉంది. (లక్నో చాలా సంవత్సరాలు ఔద్‌కు రాజ రాజధానిగా ఉంది). లారెన్స్ ప్రారంభంలో వీటిని కూల్చివేయడానికి అనుమతి నిరాకరించాడు, తన ఇంజనీర్లను 'పవిత్ర స్థలాలను విడిచిపెట్టమని' కోరాడు మరియు ముట్టడి సమయంలో వారు తిరుగుబాటుదారుల షార్ప్‌షూటర్లు మరియు ఫిరంగిదళాలకు మంచి వాన్టేజ్ పాయింట్లు మరియు కవర్‌ను అందించారు. జూన్ 30న ముట్టడి ప్రారంభమైన తర్వాత జరిగిన మొదటి బాంబు పేలుళ్లలో ఒక పౌరుడు పడిపోతున్న పైకప్పులో చిక్కుకున్నాడు. జూలై 1న రెసిడెన్సీకి తూర్పున ఉన్న మచ్చి భవన్ ప్యాలెస్ యొక్క ప్రత్యేక స్థానం ఖాళీ చేయబడి, పేల్చివేయబడినప్పుడు మొదటి దాడిని తిప్పికొట్టారు. (అందులో పెద్ద మొత్తంలో పొడి మరియు మందుగుండు సామగ్రి నిల్వ చేయబడ్డాయి). మరుసటి రోజు, సర్ హెన్రీ లారెన్స్ షెల్ ద్వారా ప్రాణాంతకంగా గాయపడ్డాడు మరియు అతను జూలై 4న మరణించాడు. 32వ రెజిమెంట్‌కు చెందిన సర్ కల్నల్ ఇంగ్లిస్ దండుకు సైనికాధికారాన్ని తీసుకున్నాడు. మరణిస్తున్న లారెన్స్ చేత ప్రధాన

బ్యాంకులు తాత్కాలిక సివిల్ కమిషనర్‌గా నియమించబడ్డాయి. కొంతకాలం తర్వాత బ్యాంకులు చంపబడినప్పుడు, ఇంగ్లిస్ మొత్తం ఆదేశాన్ని స్వీకరించాడు.

తిరుగుబాటులో చేరిన సుమారు 8,000 మంది సిపాయిలు మరియు అనేక వందల మంది స్థానిక భూస్వాములు రెసిడెన్సీని చుట్టుముట్టారు. వారి వద్ద కొన్ని ఆధునిక తుపాకులు ఉన్నాయి మరియు అన్ని రకాల అధునాతన క్షిపణులను ప్రయోగించే కొన్ని పాత ముక్కలు కూడా ఉన్నాయి. ముట్టడి యొక్క మొదటి వారాలలో రక్షణను తుఫాను చేయడానికి అనేక నిశ్చయాత్మక ప్రయత్నాలు జరిగాయి, కానీ తిరుగుబాటుదారులకు అన్ని ముట్టడి దళాలను సమన్వయం చేయగల ఏకీకృత ఆదేశం లేదు.

రక్షకులు, వారి సంఖ్య నిరంతరం సైనిక చర్యతో పాటు వ్యాధితో తగ్గుతుంది, తిరుగుబాటుదారులు వారిని ముంచెత్తడానికి చేసిన అన్ని ప్రయత్నాలను అడ్డుకోగలిగారు. అదనంగా, వారు ముట్టడి చేసేవారు కలిగి ఉన్న అత్యంత ప్రమాదకరమైన స్థానాల ప్రభావాన్ని తగ్గించడానికి మరియు వారి తుపాకులలో కొన్నింటిని నిశ్శబ్దం చేయడానికి ప్రయత్నించారు.

మొదటి ఉపశమన ప్రయత్నం

జూలై 16న, మేజర్ జనరల్ హెన్రీ హేవ్‌లాక్ ఆధ్వర్యంలోని దళం లక్నోకు 48 మైళ్ల దూరంలో ఉన్న కాన్‌పూర్‌ను తిరిగి స్వాధీనం చేసుకుంది. జూలై 20న, అతను లక్నో నుండి ఉపశమనం పొందాలని నిర్ణయించుకున్నాడు, అయితే 1500 మందితో కూడిన తన బలగాలను గంగా నదిని దాటడానికి ఆరు రోజులు పట్టింది. జూలై 29న, ఉన్నావ్‌లో జరిగిన యుద్ధంలో హేవ్‌లాక్ గెలిచింది, అయితే ప్రాణనష్టం, వ్యాధి మరియు హీట్‌స్ట్రోక్ అతని బలాన్ని 850 ఎఫెక్టివ్‌లకు తగ్గించాయి మరియు అతను వెనక్కి తగ్గాడు.

హేవ్‌లాక్ మరియు కాన్‌పోర్‌లో బాధ్యతలు నిర్వర్తించిన అవమానకరమైన బ్రిగేడియర్ నీల్ మధ్య పదునైన లేఖల మార్పిడి జరిగింది. హేవ్‌లాక్ చివరికి 257 ఉపబలాలను మరియు మరికొన్ని తుపాకులను అందుకుంది మరియు ముందుకు సాగడానికి మళ్లీ ప్రయత్నించింది. అతను ఆగస్ట్ 4న ఉన్నావ్ సమీపంలో మరో విజయం సాధించాడు, కానీ మరోసారి విజయం సాధించాడు

అడ్వాన్స్‌ను కొనసాగించడానికి చాలా బలహీనంగా ఉంది మరియు పదవీ విరమణ చేశారు.

హేవ్‌లాక్ గంగానది ఉత్తర ఒడ్డున, ఔద్ లోపల ఉండాలని మరియు తద్వారా రెసిడెన్సీ ముట్టడిలో చేరకుండా తనను ఎదుర్కొన్న పెద్ద సంఖ్యలో తిరుగుబాటుదారులను నిరోధించాలని భావించాడు, అయితే ఆగస్టు 11న, కాన్‌పోర్‌కు ముప్పు ఉందని నీల్ నివేదించాడు. వెనుక నుండి దాడి చేయకుండా వెనక్కి వెళ్లేందుకు, హేవ్‌లాక్ మళ్లీ ఉన్నావ్‌కు వెళ్లి అక్కడ మూడో విజయం సాధించాడు. అతను గంగా నదికి అడ్డంగా తిరిగి పడిపోయాడు మరియు కొత్తగా పూర్తయిన వంతెనను ధ్వంసం చేశాడు. ఆగష్టు 16న, అతను బితూర్ వద్ద తిరుగుబాటు దళాన్ని ఓడించాడు, కాన్‌పోర్‌కు ఉన్న ముప్పును పారవేసాడు.

హేవ్‌లాక్ తిరోగమనం వ్యూహాత్మకంగా అవసరం, అయితే ఔద్‌లో తిరుగుబాటు జాతీయ తిరుగుబాటుగా మారింది, గతంలో నిర్ణయించని భూస్వాములు ఇప్పుడు తిరుగుబాటుదారులతో చేరారు.

లక్నో యొక్క మొదటి ఉపశమనం

హేవ్‌లాక్‌ను మేజర్ జనరల్ సర్ జేమ్స్ ఔట్‌రామ్ అధిగమించారు. ఔట్‌రామ్ కాన్‌పూర్‌కు చేరుకోవడానికి ముందు, హేవ్‌లాక్ మరో సహాయ ప్రయత్నానికి సన్నాహాలు చేసింది. అతను రెసిడెన్సీలోని ఇంగ్లిస్‌కు అంతకుముందు ఒక లేఖ పంపాడు, అతను తన మార్గాన్ని తగ్గించి, కాన్‌పోర్‌కు వెళ్లాలని సూచించాడు. అలాంటి ప్రయత్నం చేయడానికి తన వద్ద చాలా తక్కువ ప్రభావవంతమైన దళాలు మరియు చాలా మంది జబ్బుపడిన, గాయపడిన మరియు పోరాటేతరులు ఉన్నారని ఇంగ్లిస్ బదులిచ్చారు. తక్షణ సాయం అందించాలని కూడా విజ్ఞప్తి చేశారు.

ఇంతలో, తిరుగుబాటుదారులు రెసిడెన్సీలోని దండును షెల్ చేయడం కొనసాగించారు మరియు రక్షణ క్రింద గనులను కూడా తవ్వారు, ఇది అనేక పోస్టులను ధ్వంసం చేసింది. దళం తిరుగుబాటుదారులను సోర్టీలు మరియు ప్రతిదాడులతో దూరంగా ఉంచినప్పటికీ, వారు బలహీనంగా మారుతున్నారు మరియు ఆహారం కొరత ఏర్పడింది.

సెప్టెంబర్ 15న ఔట్‌రామ్ బలగాలతో కాన్‌పూర్‌కు చేరుకున్నాడు. లక్నో చేరుకునే వరకు వాలంటీర్‌గా దానితో పాటు సహాయక దళానికి నాయకత్వం వహించడానికి అతను హేవ్‌లాక్‌ను అనుమతించాడు. ఆరు బ్రిటీష్ మరియు ఒక సిక్కు పదాతిదళ బెటాలియన్లు, మూడు ఫిరంగి బ్యాటరీలతో కూడిన 3,179 మంది సైన్యంలో ఉన్నారుఅయితే 168 స్వచ్ఛంద అశ్వికదళం మాత్రమే. 78 హైలాండర్స్‌కు చెందిన నీల్ మరియు కల్నల్ హామిల్టన్ ఆధ్వర్యంలో వారు రెండు బ్రిగేడ్‌లుగా విభజించబడ్డారు. సెప్టెంబరు 18న పురోగమనం పునఃప్రారంభమైంది. ఈసారి, తిరుగుబాటుదారులు

బహిరంగ ప్రదేశంలో ఎటువంటి తీవ్రమైన స్టాండ్ చేయలేదు, కొన్ని ముఖ్యమైన వంతెనలను కూడా నాశనం చేయడంలో విఫలమయ్యారు. సెప్టెంబరు 23న, రెసిడెన్సీకి దక్షిణంగా నాలుగు మైళ్ల దూరంలో ఉన్న గోడల పార్క్ అయిన అలంబాగ్ నుండి హేవ్‌లాక్ దళం తిరుగుబాటుదారులను తరిమికొట్టింది. ఆలంబాగ్‌లో కొద్దిపాటి బలగాలతో సామాను వదిలి, అతను సెప్టెంబరు 25న ఆఖరి అడ్వాన్స్‌ను ప్రారంభించాడు. రుతుపవనాల కారణంగా, నగరం చుట్టూ ఉన్న బహిరంగ మైదానంలో చాలా వరకు వరదలు ముంచెత్తాయి, బ్రిటీష్‌వారు బయటికి వెళ్లే కదలికలను నిరోధించి, వారిని బలవంతం చేశారు. నగరం యొక్క కొంత భాగం ద్వారా నేరుగా ముందుకు.

చార్‌బాగ్ కాలువను దాటడానికి ప్రయత్నించిన దళం తీవ్ర ప్రతిఘటనను ఎదుర్కొంది, కానీ ఒక వంతెనపై దాడి చేయడంలో పది మందిలో తొమ్మిది మంది నిరాశితమైన ఆశతో మరణించిన తర్వాత విజయం సాధించింది. వారు కాలువ యొక్క పశ్చిమ ఒడ్డును అనుసరించి వారి కుడి వైపుకు తిరిగారు. 78వ హైల్యాండర్లు తప్పుగా మారారు, కానీ కైసర్‌బాగ్ ప్యాలెస్ సమీపంలో ఒక తిరుగుబాటు బ్యాటరీని పట్టుకోగలిగారు, ప్రధాన బలగాలకు తిరిగి వెళ్లడానికి ముందు. మరింత భారీ పోరు తర్వాత, రాత్రి పొద్దుపోయే సమయానికి దళం మచ్చి భవన్‌కు చేరుకుంది. ఔట్‌రామ్ ఆగిపోవాలని ప్రతిపాదించాడు మరియు మధ్యలో ఉన్న భవనాల ద్వారా టన్నెలింగ్ మరియు మైనింగ్ ద్వారా రెసిడెన్సీ యొక్క రక్షకులను సంప్రదించాడు, అయితే హేవ్‌లాక్ వెంటనే ముందుకు వెళ్లాలని పట్టుబట్టింది. (రెసిడెన్సీ రక్షకులు చాలా బలహీనంగా ఉన్నారని, చివరి నిమిషంలో తిరుగుబాటుదారుల దాడితో వారు ఇంకా మునిగిపోతారని అతను భయపడ్డాడు). భారీగా రక్షించబడిన ఇరుకైన దారుల ద్వారా ముందుకు సాగారు. తిరుగుబాటుదారుల మస్కెట్ కాల్పుల్లో మరణించిన వారిలో నీల్ ఒకరు. మొత్తం మీద, సహాయక దళం 2000లో 535 మందిని కోల్పోయింది, ఇది ప్రధానంగా ఈ చివరి రద్దీలో జరిగింది.

ఉపశమనం సమయానికి, రెసిడెన్సీ యొక్క రక్షకులు 87 రోజుల ముట్టడిని భరించారు మరియు 982 మంది పోరాట సిబ్బందికి తగ్గించబడ్డారు. అయితే 168 స్వచ్ఛంద అశ్వికదళం మాత్రమే. 78 హైలాండర్స్‌కు చెందిన నీల్ మరియు కల్నల్ హామిల్టన్ ఆధ్వర్యంలో వారు రెండు బ్రిగేడ్‌లుగా విభజించబడ్డారు. సెప్టెంబరు 18న పురోగమనం పునఃప్రారంభమైంది. ఈసారి, తిరుగుబాటుదారులు బహిరంగ ప్రదేశంలో ఎటువంటి తీవ్రమైన స్టాండ్ చేయలేదు, కొన్ని ముఖ్యమైన వంతెనలను కూడా నాశనం

చేయడంలో విఫలమయ్యారు. సెప్టెంబరు 23న, రెసిడెన్సీకి దక్షిణంగా నాలుగు మైళ్ల దూరంలో ఉన్న గోడల పార్కు అయిన అలంబాగ్ నుండి హేవ్‌లాక్ దళం తిరుగుబాటుదారులను తరిమికొట్టింది. ఆలంబాగ్‌లో కొద్దిపాటి బలగాలతో సామాను వదిలి, అతను సెప్టెంబరు 25న ఆఖరి అడ్వాన్స్‌ను ప్రారంభించాడు. రుతుపవనాల కారణంగా, నగరం చుట్టూ ఉన్న బహిరంగ మైదానంలో చాలా వరకు వరదలు ముంచెత్తాయి, బ్రిటీష్‌వారు బయటికి వెళ్లే కదలికలను నిరోధించి, వారిని బలవంతం చేశారు. నగరం యొక్క కొంత భాగం ద్వారా నేరుగా ముందుకు.

చార్‌బాగ్ కాలువను దాటడానికి ప్రయత్నించిన దళం తీవ్ర ప్రతిఘటనను ఎదుర్కొంది, కానీ ఒక వంతెనపై దాడి చేయడంలో పది మందిలో తొమ్మిది మంది నిరాశితమైన ఆశతో మరణించిన తర్వాత విజయం సాధించింది. వారు కాలువ యొక్క పశ్చిమ ఒడ్డును అనుసరించి వారి కుడి వైపుకు తిరిగారు. 78వ హైల్యాండర్లు తప్పుగా మారారు, కానీ కైసర్‌బాగ్ ప్యాలెస్ సమీపంలో ఒక తిరుగుబాటు బ్యాటరీని పట్టుకోగలిగారు, ప్రధాన బలగాలకు తిరిగి వెళ్లడానికి ముందు. మరింత భారీ పోరు తర్వాత, రాత్రి పొద్దుపోయే సమయానికి దళం మచ్చి భవన్‌కు చేరుకుంది. ఔట్‌రామ్ ఆగిపోవాలని ప్రతిపాదించాడు మరియు మధ్యలో ఉన్న భవనాల ద్వారా టన్నెలింగ్ మరియు మైనింగ్ ద్వారా రెసిడెన్సీ యొక్క రక్షకులను సంప్రదించాడు, అయితే హేవ్‌లాక్ వెంటనే ముందుకు వెళ్లాలని పట్టుబట్టింది. (రెసిడెన్సీ రక్షకులు చాలా బలహీనంగా ఉన్నారని, చివరి నిమిషంలో తిరుగుబాటుదారుల దాడితో వారు ఇంకా మునిగిపోతారని అతను భయపడ్డాడు). భారీగా రక్షించబడిన ఇరుకైన దారుల ద్వారా ముందుకు సాగారు. తిరుగుబాటుదారుల మస్కెట్ కాల్పుల్లో మరణించిన వారిలో నీల్ ఒకరు. మొత్తం మీద, సహాయక దళం 2000లో 535 మందిని కోల్పోయింది, ఇది ప్రధానంగా ఈ చివరి రద్దీలో జరిగింది.

ఉపశమనం సమయానికి, రెసిడెన్సీ యొక్క రక్షకులు 87 రోజుల ముట్టడిని భరించారు మరియు 982 మంది పోరాట సిబ్బందికి తగ్గించబడ్డారు.

రెండవ ముట్టడి

వాస్తవానికి, ఔట్‌రామ్ రెసిడెన్సీని ఖాళీ చేయాలని భావించాడు, అయితే చివరి ముందస్తు సమయంలో సంభవించిన భారీ ప్రాణనష్టం కారణంగా చెల్లని మరియు పోరాట యోధులందరినీ తొలగించడం సాధ్యం కాలేదు. బదులుగా, రక్షిత ప్రాంతం విస్తరించబడింది. ఔట్‌రామ్ యొక్క మొత్తం ఆదేశంలో, ఇంగ్లిస్ అసలు రెసిడెన్సీ ప్రాంతానికి బాధ్యత వహించాడు మరియు హేవ్‌లాక్ రాజభవనాలు (ఫర్హాత్ బక్ష్ మరియు చత్తర్ ముంజిల్) మరియు దానికి తూర్పున ఉన్న ఇతర భవనాలను ఆక్రమించి, రక్షించాడు,

లక్నోలో ఉండాలనే ఔట్‌రామ్ నిర్ణయాన్ని ప్రభావితం చేసిన మరో అంశం ఏమిటంటే, రెసిడెన్సీ కింద రెండు నెలల పాటు దండును నిర్వహించడానికి సరిపోయేంత పెద్ద మొత్తంలో సామాగ్రిని కనుగొనడం. లారెన్స్ స్టోర్స్‌లో పడుకున్నాడు కానీ అతను తన కింది సిబ్బందికి ఎవరికీ సమాచారం ఇవ్వకముందే మరణించాడు. (ఇంగ్లిస్ ఆకలి చావు ఆసన్నమైందని భయపడ్డాడు).

ఈ ఉపశమనం తిరుగుబాటుదారులను కూడా నిరుత్సాహపరుస్తుందని ఔట్‌రామ్ ఆశించారు, కానీ నిరాశ చెందారు. తరువాతి ఆరు వారాల పాటు, తిరుగుబాటుదారులు మస్కెట్ మరియు ఫిరంగి కాల్పులతో రక్షకులపై బాంబు దాడి చేయడం కొనసాగించారు మరియు వారి క్రింద వరుస గనులను తవ్వారు. డిఫెండర్లు మునుపటిలాగా క్రమపద్ధతిలో సమాధానమిచ్చారు మరియు కౌంటర్-గనులను తవ్వారు.

రక్షకులు అలంబాగ్‌కు మరియు దాని నుండి దూతలను పంపగలిగారు, అక్కడ నుండి దూతలు కాన్పోర్‌కు తిరిగి రావచ్చు. ఒక స్వచ్ఛంద పౌర సేవకుడు, థామస్ హెన్రీ కవానా 114 బ్రిటీష్ సైనికుడి కుమారుడు, సిపాయిగా మారువేషంలో కనంజి లాల్ అనే స్థానిక వ్యక్తి సహాయంతో రెసిడెన్సీ నుండి బయలుదేరాడు. అతను మరియు అతని స్కౌట్ తదుపరి సహాయ ప్రయత్నానికి మార్గదర్శిగా వ్యవహరించడానికి నగరానికి తూర్పున ఉన్న స్థావరాలను దాటి అలంబాగ్ చేరుకున్నారు

సెప్టెంబర్ 21, 1857న ఢిల్లీపై దాడి జరిగింది. సెప్టెంబర్ 24న, 8వ రెజిమెంట్ ఆఫ్ ఫుట్‌కి చెందిన కల్నల్ గ్రేథెడ్ ఆధ్వర్యంలో 2,790 మంది బ్రిటీష్, సిక్కు మరియు పంజాబీ దళాలు ఢిల్లీ నుండి కాన్‌పూర్ వరకు బ్రిటిష్ పాలనను పునరుద్ధరించడానికి లాహోర్

గేట్ గుండా కవాతు చేశారు. అక్టోబరు 9న, గ్రేథెడ్‌కు ఆగ్రాలోని ఎర్రకోటలోని బ్రిటిష్ దండు నుండి సహాయం కోసం అత్యవసర కాల్స్ అందాయి. తిరుగుబాటుదారులు స్పష్టంగా వెనక్కి తగ్గినట్లు గుర్తించడానికి అతను తన బలగాలను ఆగ్రాకు మళ్లించాడు. అతని దళం విశ్రాంతి తీసుకుంటున్నప్పుడు, వారు ఆశ్చర్యపోయారు మరియు సమీపంలో ఉన్న తిరుగుబాటు దళం ద్వారా దాడి చేశారు. అయినప్పటికీ, వారు తిరుగుబాటు దళాన్ని సమీకరించారు, ఓడించారు మరియు చెదరగొట్టారు. ఈ ఆగ్రా యుద్ధం ఢిల్లీ మరియు కాన్పోర్ మధ్య ప్రాంతం నుండి అన్ని వ్యవస్థీకృత తిరుగుబాటు దళాలను తొలగించింది, అయినప్పటికీ గెరిల్లా బ్యాండ్‌లు మిగిలి ఉన్నాయి.

కొంతకాలం తర్వాత, గ్రేథెడ్ ఢిల్లీ నుండి ఉపబలాలను అందుకున్నాడు మరియు మేజర్ జనరల్ జేమ్స్ హోప్ గ్రాంట్ ఆదేశాన్ని భర్తీ చేశాడు. గ్రాంట్ అక్టోబరు చివరలో కాన్పూర్‌కు చేరుకున్నాడు, అక్కడ అతను భారతదేశంలోని కొత్త కమాండర్-ఇన్-చీఫ్ సర్ కోలిన్ కాంప్‌బెల్ నుండి అలంబాగ్‌కు వెళ్లాలని మరియు అనారోగ్యంతో ఉన్నవారిని మరియు గాయపడిన వారిని కాన్పూర్‌కు తరలించమని ఆదేశాలు అందుకున్నాడు. అతను కూడా కఠినంగా విధించబడ్డాడు క్యాంప్‌బెల్ స్వయంగా వచ్చే వరకు లక్నో యొక్క ఎలాంటి సహాయానికి తాను కట్టుబడి ఉండకూడదు. జులై 1857లో బెంగాల్ సైన్యానికి నాయకత్వం వహించడానికి ఇంగ్లండ్‌ను విడిచిపెట్టినప్పుడు క్యాంప్‌బెల్‌కు 65 సంవత్సరాలు. ఆగష్టు మధ్య నాటికి, అతను కలకత్తాలో తన నిష్క్రమణకు సిద్ధమయ్యాడు. అన్ని సన్నాహకాలు పూర్తి కాకముందే అక్టోబర్ చివరివారం. గ్రాండ్

ట్రంక్ రోడ్ మీదుగా పోరాడుతూ, క్యాంప్‌బెల్ నవంబర్ 3న కాన్పూర్‌కి చేరుకున్నారు. తిరుగుబాటుదారులు గ్రామీణ ప్రాంతాల్లోని పెద్ద భాగాలపై సమర్థవంతమైన నియంత్రణను కలిగి ఉన్నారు. క్యాంప్‌బెల్ భావించారు, కానీ తిరస్కరించారు, లక్నోలో తన ఉపశమనాన్ని ప్రారంభించే ముందు గ్రామీణ ప్రాంతాలను సురక్షితంగా ఉంచారు. కాన్పూర్ లొంగిపోయిన తరువాత బ్రిటిష్ మహిళలు మరియు పిల్లల ఊచకోత ఇటీవలి జ్ఞాపకంలో ఉంది. బ్రిటిష్ దృష్టిలో లక్నో దాని సంకల్పానికి చిహ్నంగా మారింది. దీని ప్రకారం, క్యాంప్‌బెల్ తన రక్షణ కోసం 1100 మంది సైనికులను కాన్పూర్‌లో విడిచిపెట్టాడు, 600 అశ్వికదళం, 3500 పదాతిదళం మరియు 42 తుపాకులను అలంబాగ్‌కు నడిపించాడు. లక్నోలో పెట్టుబడి పెట్టిన తిరుగుబాటుదారుల బలం 30,000 నుండి 60,000 వరకు విస్తృతంగా అంచనా వేయబడింది. వారు తగినంతగా సన్నద్ధమయ్యారు, వారిలో ఉన్న సిపాయి రెజిమెంట్లు బాగా శిక్షణ పొందాయి మరియు హేవ్‌లాక్ మరియు అవుట్‌రామ్ యొక్క మొదటి రిలీఫ్ ఆఫ్ ది రెసిడెన్సీకి ప్రతిస్పందనగా వారు తమ రక్షణను మెరుగుపరిచారు. అలంబాగ్‌కు ఉత్తరాన హేవ్‌లాక్ మరియు ఔట్‌రామ్ ఉపయోగించే చార్‌బాగ్ వంతెన పటిష్టంగా ఉంది. దిల్కుస్కా బ్రిడ్జి నుండి చార్‌బాగ్ వంతెన వరకు ఉన్న చార్‌బాగ్ కెనాల్‌ను దళాలు లేదా భారీ తుపాకులు ముంచెత్తకుండా నిరోధించడానికి ఆనకట్ట కట్టి వరదలు ముంచెత్తాయి. గోమతి నదికి ఉత్తరాన ఉన్న పొదుగులలో అమర్చబడిన ఫిరంగి ప్రతిరోజు ముట్టడి చేయబడిన రెసిడెన్సీపై బాంబులు వేయడమే కాకుండా, ఆచరణీయమైన ఏకైక ఉపశమన మార్గాన్ని కూడా చేర్చింది. అయితే, సిపాయిల మధ్య ఏకీకృత కమాండ్ స్ట్రక్చర్ లేకపోవడం వల్ల వారి ఉన్నతమైన సంఖ్యలు మరియు వ్యూహాత్మక స్థానాల విలువ తగ్గింది.

సెకండ్ రిలీఫ్

నవంబర్ 14 ఉదయం తెల్లవారుజామున, క్యాంప్‌బెల్ లక్నోలో తన ఉపశమనాన్ని ప్రారంభించాడు. క్యాంప్‌బెల్ ఇన్‌ఫార్మర్ సమాచారం ఆధారంగా తన ప్రణాళికలను రూపొందించాడు మరియు మొదటి లక్నో రిలీఫ్ కాలమ్‌లో సంభవించిన భారీ ప్రాణనష్టం. బదులుగా చార్‌బాగ్ వంతెనను దాటడం మరియు లక్నోలోని ఇరుకైన వీధుల గుండా పోరాడడం కంటే, క్యాంప్‌బెల్ తూర్పు వైపు కవాతు చేసి దిల్‌కుషా పార్క్ వరకు వెళ్లాలని నిర్ణయించుకున్నాడు. అతను లా మార్టినియర్ పాఠశాలకు చేరుకుని,

గోమతి నదికి వీలైనంత దగ్గరగా కాలువను దాటాడు. అతను ముందుకు సాగుతున్నప్పుడు, అతను తన కమ్యూనికేషన్‌లను రక్షించుకోవడానికి మరియు అలంబాగ్‌కు తిరిగి రైలును సరఫరా చేయడానికి ప్రతి స్థానాన్ని పొందుతాడు. అతను సికిందర్‌బాగ్ అని పిలువబడే గోడలతో కూడిన ఆవరణను భద్రపరుస్తాడు మరియు హేవ్‌లాక్ మరియు ఔట్‌రామ్ బయటి చుట్టుకొలతను చత్తర్ ముంజిల్‌కు విస్తరించిన రెసిడెన్సీతో అనుసంధానం చేస్తాడు. కాలమ్ ఆలంబాగ్‌కు తూర్పు వైపుకు వెళ్లినప్పుడు మూడు మైళ్ల వరకు ఎటువంటి వ్యతిరేకత ఎదురుకాలేదు. రిలీఫ్ కాలమ్ దిల్కుషా పార్క్ గోడకు చేరుకున్నప్పుడు, మస్కెట్ ఫైర్ పేలుడుతో నిశ్శబ్దం ముగిసింది. బ్రిటీష్ అశ్వికదళం మరియు ఫిరంగిదళాలు త్వరగా పార్క్ గోడ గుండా నెట్టబడ్డాయి మరియు సిపాయిలు దిల్కుషా నుండి తరిమివేయబడ్డారు. కాలమ్ లా మార్టినియర్ పాఠశాలకు చేరుకుంది. మధ్యాహ్నా సమయానికి, దిల్కుషా మరియు లా మార్టినియర్ బ్రిటీష్ చేతుల్లో ఉన్నాయి. డిఫెండింగ్ సిపాయిలు బ్యాంక్ హౌస్ నుండి బ్రిటీష్ ఎడమ పార్శ్వంపై తీవ్రంగా దాడి చేశారు, అయితే బ్రిటిష్ కౌంటర్ దాడి చేసి వారిని తిరిగి లక్నోలోకి తరిమికొట్టింది.

కాంప్‌బెల్ యొక్క కాలమ్ యొక్క వేగవంతమైన పురోగతి దాని సరఫరా కారవాన్ కంటే చాలా ముందుంది. ఆహారం, మందుగుండు సామాగ్రి మరియు వైద్య పరికరాలకు అవసరమైన దుకాణాలను ముందుకు తీసుకువచ్చే వరకు అడ్వాన్స్ పాజ్ చేయబడింది. అలంబాగ్ నుండి అదనపు మందుగుండు సామాగ్రి కోసం అభ్యర్థన రిలీఫ్

కాలమ్ మార్చ్‌ను మరింత ఆలస్యం చేసింది. నవంబర్ 15 సాయంత్రం, రెసిడెన్సీకి ఇన్ఫార్మర్ ద్వారా "రేపు అడ్వాన్స్" అని సంకేతాలు వచ్చాయి.

మరుసటి రోజు ఉపశమన స్తంభం లా మార్టినియర్ నుండి కాలువ గోమతి నదిని కలిసే ఉత్తర ప్రదేశానికి చేరుకుంది. యుద్ధం యొక్క విధి ద్వారా, దిల్కుస్కా వంతెన క్రింద ఉన్న ప్రాంతాన్ని ముంచెత్తడానికి కాలువ యొక్క ఆనకట్ట క్రాసింగ్ పాయింట్ వద్ద కాలువ ఎండిపోయింది. స్తంభం మరియు తుపాకులు ముందుకు సాగాయి మరియు సికందర్‌బాగ్‌కు ఎడమవైపుకి తిరిగింది.

సికందర్‌బాగ్ దాదాపు 120 గజాల చతురస్రాకారంలో ప్రతి మూలలో పారాపెట్‌లు మరియు దక్షిణ గోడపై ప్రధాన ప్రవేశ ద్వారం వంపుతో కూడిన ఎత్తైన గోడల తోట. కాంప్‌బెల్ యొక్క కాలమ్ తోట యొక్క తూర్పు గోడకు సమాంతరంగా ఉన్న ఒక రహదారిని సమీపించింది. పదాతి దళం, అశ్విక దళం మరియు ఫిరంగిదళాల ముందుకు సాగడం ఇరుకైన గ్రామ వీధుల్లో యుక్తిని నిర్వహించడంలో ఇబ్బంది పడింది. ఉద్యానవనానికి ఎదురుగా ఉన్న ఎత్తైన రహదారి కట్ట ద్వారా వారిపై తీవ్రమైన అగ్ని వర్షం నుండి కొంత రక్షణ కల్పించబడింది. సికిందర్‌బాగ్ మరియు సమీపంలోని బలవర్ధకమైన కాటేజీలలోని లొసుగుల నుండి మస్కెట్ మంటలు వచ్చాయి మరియు సుదూర కైసర్‌బాగ్ (మాజీ రాజు ఔద్ రాజభవనం) నుండి కాల్చిన ఫిరంగి. ఈ ఇన్‌కమింగ్ ఫైర్‌ను అణిచివేసేందుకు క్యాంప్‌బెల్ ఫిరంగిని అమర్చాడు. 18 పౌండ్ల భారీ ఫిరంగిని కూడా తాడు ద్వారా లాగి, ఏటవాలు రహదారి కట్టను అప్పగించి, ఆవరణకు

అరపై గజాల దూరంలో ఉంచారు. గణనీయమైన బ్రిటిష్ మరణాలు ఉన్నప్పటికీ. ఈ యుక్తులలో కొనసాగారు, ఫిరంగి అగ్ని ఆగ్నేయ గోడను బద్దలు కొట్టింది.

స్కాటిష్ 93 హైల్యాండర్స్ మరియు సిక్కు 4" పంజాబీ పదాతిదళం యొక్క మూలకాలు ముందుకు దూసుకుపోయాయి. భారీ సంఖ్యలో సైనికులకు చోటు కల్పించలేని అతి చిన్న ఉల్లంఘనను గుర్తించి, పంజాబీ పదాతిదళం ఎడమవైపుకు వెళ్లి ప్రధాన గార్డెన్ గేట్‌వే వద్ద రక్షణను అధిగమించింది. ఒకసారి లోపలికి, సిక్కులు ఖాళీ చేశారు. వారి మస్కెట్లు మరియు బయోనెట్‌ను ఆశ్రయించారు. సిపాయిలు ఎదురుదాడులతో ప్రతిస్పందించారు. ఉల్లంఘన ద్వారా పోటెత్తుతున్న హైలాండర్లు, "కాన్‌పోర్‌ను గుర్తుంచుకో!" క్రమంగా యుద్ధ సందడి తగ్గింది. తిరోగమనం సాధ్యం కానంత వరకు క్షీణిస్తున్న డిఫెండర్ల బలం ఉత్తరం వైపు కదిలింది. ముదురు ఎరుపు రక్తంతో భూమి తడిసిపోయింది. బ్రిటీష్ వారు సిపాయి చనిపోయినట్లు దాదాపు 2000గా లెక్కించారు.

మధ్యాహ్న సమయానికి అడ్రియన్ హోప్ నేతృత్వంలోని రిలీఫ్ కాలమ్ యొక్క డిటాచ్మెంట్ సికిందర్‌బాగ్ నుండి విడిపోయి షా నజాఫ్ వైపు వెళ్లింది. షా నజాఫ్, గోడలతో కూడిన మసీదు, 1814లో ఔద్ మొదటి రాజు ఘాజీ-ఉద్-దీన్ హైదర్ యొక్క సమాధి. రక్షకులు ఈ బహుళ-కథల స్థానాన్ని భారీగా బలపరిచారు. షా నజాఫ్‌పై బ్రిటీష్ కాలమ్ యొక్క పూర్తి బలం వచ్చినప్పుడు, సిపాయిలు కండరపుష్టి, ఫిరంగి ద్రాక్ష షాట్ మరియు కైసర్‌బాగ్ నుండి ఫిరంగి కాల్పులకు మద్దతు ఇవ్వడంతో పాటు గోమతి నదికి ఉత్తరాన ఉన్న భద్రపరచబడిన బ్యాటరీల నుండి వాలుగా ఉండే ఫిరంగి కాల్పులతో ప్రతిస్పందించారు. భారీగా బహిర్గతమైన స్థానాల నుండి, షా నజాఫ్ యొక్క దృఢమైన గోడలపై బ్రిటిష్ వారు మూడు గంటలపాటు బలమైన ఫిరంగి నిప్పును కురిపించారు. గోడలు క్షేమంగా ఉండిపోయాయి; సిపాయిల కాల్పులు ఎడతెగనివి, బ్రిటీష్ నష్టాలు పెరిగాయి. భారీ నష్టాలతో అదనపు బ్రిటిష్ దాడులు విఫలమయ్యాయి. వారి బహిర్గతమైన స్థానాల నుండి పదవీ విరమణ చేయడం బ్రిటీష్ కమాండ్ ద్వారా సమానంగా ప్రమాదకరమైనదిగా భావించబడింది. 50 మంది హైలాండర్‌లను సేకరించి, షా నజాఫ్‌కి ప్రత్యామ్నాయ యాక్సెస్ మార్గాన్ని వెతకడానికి పార్టీని పంపించారు. పోరాటానికి ఎదురుగా ఉన్న గోడలో చీలికను గుర్తించి, ఉల్లంఘనను విస్తరించడానికి సాపర్లను ముందుకు తీసుకువచ్చారు. చిన్న అడ్వాన్స్ పార్టీ ఓపెనింగ్ గుండా నెట్టి, ప్రాంగణాన్ని దాటి ప్రధాన గేట్లను తెరిచింది. చాలా కాలంగా కోరుకున్న ప్రారంభాన్ని

చూసి, వారి సహచరులు షా నజాఫ్‌లోకి దూసుకెళ్లారు. క్యాంప్‌బెల్ రాత్రి పొద్దుపోయే సమయానికి షా నజాఫ్‌లో తన ప్రధాన కార్యాలయాన్ని ఏర్పాటు చేసుకున్నాడు.
ముట్టడి చేయబడిన రెసిడెన్సీలో, హావ్‌లాక్ మరియు అవుట్‌రామ్ క్యాంప్‌బెల్ కాలమ్‌తో టైఅప్ చేయడానికి తమ సన్నాహాలను పూర్తి చేశాయి. ఛతర్ మంజిల్‌లో ఉంచబడిన వారు సికింద్రాబాగ్ క్యాంప్‌బెల్ స్థానంలో ఉందని చూడగలిగిన తర్వాత తోట బయటి గోడలను పేల్చివేయాలని వారి ప్రణాళికను అమలు చేశారు.
మోతీ మహల్, రెండు బ్రిటీష్ దళాలను వేరు చేసిన చివరి ప్రధాన స్థానం, క్యాంప్‌బెల్ కాలమ్ నుండి ఆరోపణలతో క్లియర్ చేయబడింది. ఇప్పుడు 450 గజాలు మాత్రమే రెండు దళాలను వేరు చేశాయి. సిపాయిలు తమ స్థానాలను సమర్థించుకోవడంతో మొండిగా ప్రతిఘటన కొనసాగింది, అయితే బ్రిటీష్ వారి పదేపదే చేసిన ప్రయత్నాలు ఈ చివరి ప్రతిఘటనను తొలగించాయి. రెండవ సహాయ కాలమ్ రెసిడెన్సీకి చేరుకుంది.

తరలింపు

బ్రిటీష్ స్థానాన్ని కాపాడుకోవడానికి కైసర్‌బాగ్‌పై దాడి చేయాలని అవుట్‌రామ్ మరియు హేవ్‌లాక్ ఇద్దరూ సిఫారసు చేసినప్పటికీ, ఇతర తిరుగుబాటు దళాలు కాన్పూర్ మరియు బ్రిటిష్ వారి ఆధీనంలో ఉన్న ఇతర నగరాలను బెదిరిస్తున్నాయని క్యాంప్‌బెల్‌కు తెలుసు మరియు అతను లక్నోను విడిచిపెట్టమని ఆదేశించాడు. తరలింపు నవంబర్ 19న ప్రారంభమైంది. క్యాంప్‌బెల్ యొక్క ఫిరంగిదళం కైసర్‌బాగ్‌పై దాడి చేయబోతోందని తిరుగుబాటుదారులను మోసగించగా, తిరుగుబాటుదారుల దృష్టి నుండి బహిరంగ స్థలాన్ని రక్షించడానికి కాన్వాస్ తెరలు ఏర్పాటు చేయబడ్డాయి. మహిళలు, పిల్లలు మరియు జబ్బుపడినవారు మరియు గాయపడినవారు ఈ స్క్రీన్‌ల కవర్‌లో దిల్‌కుషా పార్క్‌కు చేరుకున్నారు, కొందరు వివిధ క్యారేజీలలో లేదా చెత్తపై, మరికొందరు కాలినడకన. తరువాతి రెండు రోజులలో, ఔట్‌రామ్ తన తుపాకీలను స్పైక్ చేసి వాటి తర్వాత ఉపసంహరించుకున్నాడు.

దిల్కుషా పార్క్ వద్ద, నవంబర్ 23న హేవ్‌లాక్ మరణించాడు (విరేచనాల ఆకస్మిక దాడితో). మొత్తం సైన్యం మరియు కాన్వాయ్ ఇప్పుడు అలంబాగ్‌కు తరలివెళ్లాయి. క్యాంప్‌బెల్ ఆలంబాగ్‌ను రక్షించడానికి 4,000 మంది వ్యక్తులతో ఔట్‌రామ్‌ను విడిచిపెట్టాడు, అయితే అతను నవంబర్ 27న 3,000 మంది పురుషులు మరియు చాలా మంది పౌరులతో కాన్‌పోర్‌కు వెళ్లాడు.

మొదటి ముట్టడి 87 రోజులు కొనసాగింది, రెండవ ముట్టడి మరో 61 రోజులు. ఒకే రోజులో అత్యధిక సంఖ్యలో విక్టోరియా శిలువలు 24 నవంబర్ 16, 1857న లక్నో రెండవ రిలీఫ్ వద్ద లభించాయి, వీటిలో ఎక్కువ భాగం లక్నోపై దాడికి సంబంధించినవి. సికిందర్‌బాగ్.

తిరుగుబాటుదారులు తరువాతి శీతల వాతావరణ సీజన్‌లో లక్నో నియంత్రణలో ఉంచబడ్డారు, కానీ వారి స్వంత అనైక్యత మరియు సులభంగా రక్షించబడిన అలంబాగ్‌పై అవుట్‌రామ్ పట్టుకోవడం ద్వారా ఇతర కార్యకలాపాలను చేపట్టకుండా నిరోధించబడ్డారు. మార్చి 21, 1858న లక్నోను క్యాంప్‌బెల్ తిరిగి స్వాధీనం చేసుకున్నాడు.

ఝాన్సీ (మధ్య భారతదేశం)

సెంట్రల్ ఇండియా క్యాంపెయిన్ అనేది 1857 తిరుగుబాటులో చివరి శ్రేణి T చర్యలలో ఒకటి, (మొదటి భారత స్వాతంత్ర్య యుద్ధం అని పిలుస్తారు) ఒక వేగవంతమైన ప్రచారం, అయినప్పటికీ నిశ్చయించబడిన తిరుగుబాటుదారులు మరొక సంవత్సరం పాటు గెరిల్లా పోరాటాన్ని కొనసాగించారు.

తిరుగుబాటు బయటపడింది

ఆ సమయంలో బ్రిటీష్ వారు మధ్య భారతదేశంగా పిలిచే ప్రాంతం ఇప్పుడు మధ్యప్రదేశ్ మరియు రాజస్థాన్ రాష్ట్రాలలోని కొన్ని ప్రాంతాలచే ఆక్రమించబడింది. 1857లో, ఇది సెంట్రల్ ఇండియా ఏజెన్సీగా నిర్వహించబడింది మరియు ఆరు పెద్ద మరియు దాదాపు 150 చిన్న రాష్ట్రాలను కలిగి ఉంది, నామమాత్రంగా మరాఠా లేదా మొఘల్ రాకుమారుల క్రింద, కానీ వాస్తవానికి బ్రిటిష్ ఈస్ట్ ఇండియా కంపెనీచే నియమించబడిన నివాసితులు లేదా కమిషనర్లచే ఎక్కువ లేదా తక్కువ స్థాయికి నియంత్రించబడుతుంది. బ్రిటీష్ నియంత్రణకు వ్యతిరేకత ఝాన్సీపై కేంద్రీకృతమై ఉంది, ఇక్కడ చివరి రాజు వితంతువు రాణి లక్ష్మీ బాయి, అపఖ్యాతి పాలైన సిద్ధాంతం కింద బ్రిటిష్ వారి విలీనాన్ని వ్యతిరేకించింది.

తూర్పు భారతదేశంలోని భారతీయ సైనికుల (సిపాయిలు) విధేయత

కంపెనీకి చెందిన బెంగాల్ సైన్యం మరింత ఒత్తిడికి లోనైంది

మునుపటి దశాబ్దం, మరియు మే 10, 1857న, ఢిల్లీకి ఉత్తరాన ఉన్న మీరట్‌లో సిపాయిలు బహిరంగ తిరుగుబాటులోకి దిగారు. ఈ వ్యాప్తికి సంబంధించిన వార్తలు వేగంగా వ్యాపించాయి మరియు బెంగాల్ ఆర్మీలోని ఇతర విభాగాలు కూడా తిరుగుబాటు చేశాయి. బెంగాల్ స్థానిక పదాతిదళానికి చెందిన తొమ్మిది రెజిమెంట్లు మరియు మూడు అశ్వికదళాలు మధ్య భారతదేశంలో ఉన్నాయి. పెద్దది కూడా ఉంది. గ్వాలియర్ కాంటింజెంట్, ఎక్కువగా ఔద్ నుండి పెరిగింది మరియు బెంగాల్ ఆర్మీ యొక్క క్రమరహిత యూనిట్ల మాదిరిగానే ఉంది, కానీ గ్వాలియర్ మహారాజా జీవాజీరావ్ సింధియా సేవలో, బ్రిటిష్ వారికి మిత్రపక్షంగా ఉన్నారు. దాదాపు ఈ యూనిట్లన్నీ జూన్ మరియు జులైలో తమ అధికారులకు వ్యతిరేకంగా లేచాయి. వారిని

వ్యతిరేకించడానికి చాలా తక్కువ బ్రిటీష్ యూనిట్లు ఉన్నాయి మరియు మధ్య భారతదేశం పూర్తిగా బ్రిటిష్ నియంత్రణలో లేకుండా పోయింది.

ఝాన్సీ వద్ద, బ్రిటిష్ అధికారులు, పౌరులు మరియు ఆశ్రిత వ్యక్తులు జూన్ 5న కోటలో ఆశ్రయం పొందారు. వారు మూడు రోజుల తర్వాత బయటపడ్డారు మరియు తిరుగుబాటు చేసిన సిపాయిలు మరియు అక్రమార్కులచే హత్య చేయబడ్డారు. రాణి లక్ష్మీ బాయి ఈ చర్యలో ఎటువంటి భాగస్వామ్యాన్ని ఖండించారు, అయితే బ్రిటిష్ వారు

నిందించారు.

తరువాతి కొన్ని నెలల్లో, చాలా మంది మాజీ కంపెనీ రెజిమెంట్లు ఢిల్లీ ముట్టడిలో పాల్గొనేందుకు కవాతు చేశాయి, అక్కడ వారు చివరికి ఓడిపోయారు. గ్వాలియర్ కాంటింజెంట్ అక్టోబరు వరకు చాలా వరకు క్రియారహితంగా ఉంది, వారు తాంత్యా తోపే చేత కాన్‌పోర్‌లో ఓటమి పాలయ్యారు. ఈ పరాజయాలు తిరుగుబాటుదారులకు గణనీయమైన శిక్షణ పొందిన మరియు అనుభవజ్ఞులైన దళాలను కోల్పోయాయి మరియు తదుపరి బ్రిటిష్ ప్రచారాన్ని చేశాయి. సులభంగా. ఇంతలో, ఇప్పుడు స్వతంత్ర యువరాజులు చాలా మంది లెవీలను పెంచడం మరియు ఒకరితో ఒకరు పోరాడుకోవడం లేదా బలవంతపు బెదిరింపుపై ఒకరి నుండి మరొకరు విమోచనలను డిమాండ్ చేయడం ప్రారంభించారు. దోచుకుంటానని వాగ్దానం చేసి తన సేవలో

చేరడానికి అనేక యూనిట్ల సిపాయిలను ప్రేరేపించిన బండా నవాబ్, ప్రత్యేకించి దౌర్జన్యపూరితంగా కనిపించాడు.

ఒక మొఘల్ యువరాజు, ఫిరోజ్ షా, దక్షిణాన బొంబాయి ప్రెసిడెన్సీకి సైన్యాన్ని నడిపించడానికి ప్రయత్నించాడు, కానీ మధ్య భారతదేశానికి తాత్కాలిక కమీషనర్ సర్ హెన్రీ డురాండ్ ఆధ్వర్యంలో ఒక చిన్న దళం చేతిలో ఓడిపోయింది. డురాండ్ అప్పుడు హోల్కర్ టుకోజీరావు II (దక్షిణ మధ్య భారతదేశంలోని ఇండోర్ పాలకుడు)ను లొంగిపోయాడు.

కల్పి పతనానికి ప్రచారం

సెంట్రల్ ఇండియా ఫీల్డ్ ఫోర్స్, సర్ హుగ్ రోజ్ ఆధ్వర్యంలో డిసెంబర్ 1857 చివరిలో ఇండోర్ చుట్టూ రంగంలోకి దిగింది. ఈ దళం కేవలం రెండు చిన్న బ్రిగేడ్లను మాత్రమే కలిగి ఉంది. దాదాపు సగం మంది సైనికులు బొంబాయి ప్రెసిడెన్సీ సైన్యానికి చెందిన భారతీయ యూనిట్లు, బెంగాల్ సైన్యం తిరుగుబాటుకు దారితీసిన ఉద్రిక్తతల వల్ల అదే స్థాయిలో ప్రభావితం కాలేదు. రోజ్‌ను మొదట్లో వివిధ సాయుధ రిటైనర్‌లు మరియు రాజాస్ యొక్క లెవీడ్ దళాలు మాత్రమే వ్యతిరేకించారు, దీని పరికరాలు మరియు సామర్థ్యం కొన్నిసార్లు సందేహాస్పదంగా ఉన్నాయి. తిరుగుబాటుదారుల దృష్టి చాలావరకు ఈ ప్రాంతం యొక్క ఉత్తరాన కేంద్రీకృతమై ఉంది, ఇక్కడ తాంత్యా తోపే మరియు ఇతర నాయకులు ఔద్‌లోని తిరుగుబాటుదారులకు సహాయం చేయడానికి ప్రయత్నించారు, దక్షిణాది నుండి రోజ్ ప్రచారాన్ని తులనాత్మకంగా సులభతరం చేశారు. రోజ్ యొక్క మొదటి లక్ష్యం సాగోర్ పట్టణం నుండి ఉపశమనం పొందడం, అక్కడ ఒక చిన్న యూరోపియన్ దండు ముట్టడి చేయబడింది. రాత్‌గర్‌లో ఆఫ్ఘన్ మరియు పఖ్తున్ కిరాయి సైనికులకు వ్యతిరేకంగా జరిగిన కొన్ని కఠినమైన పోరాటాల తర్వాత అతను ఫిబ్రవరి 5న దీనిని సాధించాడు. రవాణా మరియు సామాగ్రి సేకరించబడినప్పుడు అతని దళం అనేక వారాలపాటు సాగోర్ వద్ద వేచి ఉండవలసి వచ్చింది.

అనంతరం ఝాన్సీ వైపు వెళ్లారు. తిరుగుబాటుదారులు నగరం ముందు నిలబడటానికి ప్రయత్నించారు, కానీ వారు మదన్‌పూర్‌లో నిర్ణయాత్మకంగా ఓడిపోయారు మరియు నిరుత్సాహపడి నగరంలోకి పారిపోయారు. ఇద్దరు 'విశ్వసనీయ' రాజులకు సహాయం చేయడానికి దళాలను విడదీయమని కమాండర్-ఇన్-చీఫ్ నుండి వచ్చిన సూచనలను రోజ్ పట్టించుకోలేదు మరియు మార్చి 24న ఝాన్సీని ముట్టడించింది. మార్చి 31న, తాంత్యా తోపే నగరం నుండి ఉపశమనం పొందే ప్రయత్నంలో సైన్యానికి నాయకత్వం వహించాడు. అతను అత్యంత అనుకూలమైన దాడి చేసినప్పటికీ క్షణం, అతని స్క్రాచ్ ఫోర్స్ రోజ్ యొక్క దళాలతో సరిపోలలేదు మరియు మరుసటి రోజు బెట్వా యుద్ధంలో అతను ఓడిపోయాడు మరియు వెనక్కి వెళ్ళవలసి వచ్చింది. సంవత్సరంలో అత్యంత వేడిగా మరియు పొడిగా ఉండే సమయంలో, తిరుగుబాటుదారులు బ్రిటీష్ అన్వేషణను ఆలస్యం చేయడానికి అడవులకు నిప్పంటించారు, అయితే మంటలు వారి స్వంత

సైన్యాన్ని దెబ్బతీశాయి. చివరికి వారు తమ తుపాకులన్నింటినీ విడిచిపెట్టి కల్పికి తిరోగమించారు. ఏప్రిల్ 5న ఝాన్సీ దాడికి గురైంది. దాడి చేసినవారు అనేక అకృత్యాలు, దోపిడీలు మరియు క్రమశిక్షణారాహిత్యానికి పాల్పడ్డారు. 5,000 మంది రక్షకులు మరియు పౌరులు మరణించారు. (బ్రిటీష్ మరణాలు 343). రాణి లక్ష్మీ బాయి తప్పించుకుంది, బహుశా రోజ్ యొక్క అశ్వికదళం దోపిడీలో బిజీగా ఉన్నప్పుడు

ఆర్డర్ పునరుద్ధరించబడింది, కానీ మే 5న కల్పి వైపు వెళ్లింది. మరోసారి, తిరుగుబాటుదారులు నగరం ముందు పోరాడేందుకు ప్రయత్నించారు, మే 6న కౌంచ్‌లో బ్రిటీష్‌వారు నిర్ణయాత్మకమైనప్పటికీ రక్తరహిత విజయం సాధించారు. ఇది తిరుగుబాటుదారులలో నిరుత్సాహానికి మరియు పరస్పర నిందారోపణలకు దారితీసింది, అయితే వారి మనోధైర్యం కోలుకుంది. బండా నవాబు తన దళాలతో వారిని బలపరిచాడు. మే 16 న, వారు నగరాన్ని రక్షించడానికి నిర్విరామంగా పోరాడారు, కానీ మళ్లీ ఓడిపోయారు. బ్రిటీష్ యుద్ధ మరణాలు చాలా తక్కువగా ఉన్నప్పటికీ, రోజ్ యొక్క అనేక మంది సైనికులు వడదెబ్బకు గురయ్యారు.

గ్వాలియర్ తిరిగి స్వాధీనం

7వ తేదీ కల్పి పతనం, రోజ్ ప్రచారం ముగిసినట్లు భావించి, అనారోగ్య సెలవుపై వెళ్లడానికి దరఖాస్తు చేసుకుంది. తిరుగుబాటు నాయకులు తమ బలగాలలో కొన్నింటిని సమీకరించగలిగారు మరియు బ్రిటిష్ వారి పక్షాన కొనసాగిన పాలకుడు మహారాజా సింధియా నుండి గ్వాలియర్‌ను స్వాధీనం చేసుకునే ప్రణాళికను అంగీకరించారు. జూన్ 1న, తిరుగుబాటు సైన్యం గ్వాలియర్‌కు తూర్పున కొన్ని మైళ్ల దూరంలో ఉన్న పెద్ద సైనిక కంటోన్మెంట్ అయిన మోరార్ వద్ద సింధియా యొక్క రిటైనర్లపై దాడి చేసింది. తిరుగుబాటుదారుల అశ్విక దళం ద్వారా ఛార్జ్ సింధియా యొక్క ఫిరంగిని స్వాధీనం చేసుకుంది, దీని తరువాత సింధియా యొక్క చాలా దళాలు విడిచిపెట్టబడ్డాయి లేదా ఫిరాయించారు. సింధియా మరియు కొంతమంది అనుచరులు ఆగ్రాలోని బ్రిటిష్ దండుకు పారిపోయారు.

తిరుగుబాటుదారులు గ్వాలియర్‌ను స్వాధీనం చేసుకున్నారు, కానీ తిరుగుబాటు దళాలకు చెల్లించడానికి సింధియా ఖజానా నుండి మినహా మరే ఇతర దోపిడీ జరగలేదు. తిరుగుబాటుదారులు ఇప్పుడు పునరుద్ధరించిన తిరుగుబాటును జరుపుకోవడం మరియు ప్రకటించడం కోసం సమయాన్ని వృథా చేశారు. రోజ్ తన స్థానంలో వచ్చే వరకు ఫీల్డ్‌లోనే ఉండాలని ప్రతిపాదించాడు మరియు జూన్ 12న, అతను చాలా వేడి మరియు తేమ ఉన్నప్పటికీ, మోరార్‌ను తిరిగి స్వాధీనం చేసుకున్నాడు. జూన్ 17న కోట-కి-సరాయ్ సమీపంలో అశ్వికదళ చర్యలో రాణి లక్ష్మీ బాయి మరణించారు. తరువాతి రెండు రోజులలో, బ్రిటీష్ వారు నగరాన్ని తిరిగి స్వాధీనం చేసుకున్నప్పుడు చాలా మంది తిరుగుబాటుదారులు గ్వాలియర్‌ను విడిచిపెట్టారు, అయితే కోట పతనానికి ముందు కొంత ప్రతిఘటన ఎదురైంది.

చివరి చర్యలు

చాలా మంది తిరుగుబాటు నాయకులు ఇప్పుడు లొంగిపోయారు లేదా అజ్ఞాతంలోకి వెళ్లారు, అయితే తాంత్యా తోపే రంగంలోనే ఉన్నారు. రుతుపవన వర్షాల సహాయంతో అతనిని వెంబడించేవారిని ఆలస్యం చేశాడు, తాంత్యా కొనసాగించాడు

మధ్య భారతదేశం చుట్టూ తప్పించుకోవడానికి. ఇతర నాయకులు అతనితో చేరారు, వారిలో రావ్ సాహిబ్, మాన్ సింగ్ మరియు ఫిరోజ్ షా (రోహిల్‌ఖండ్‌లో పోరాడారు).

చివరికి ఏప్రిల్ 1859లో, తాంత్యా తోపే మాన్ సింగ్ చేత మోసగించబడ్డాడు మరియు ఉరితీయబడ్డాడు.

చరిత్రకారులు భారతీయ రాకుమారుల ప్రవర్తనను విమర్శిస్తారు, వీరిలో ఎక్కువ మంది స్వప్రయోజనాలు లేదా నిష్ణాతులు, మరియు సిపాయిలలో నాయకత్వం లేకపోవడాన్ని విమర్శించారు. ఈస్ట్ ఇండియా కంపెనీ సైన్యంలో, ఏ భారతీయ సైనికుడు కూడా సీనియర్ వారెంట్ అధికారికి సమానమైన ర్యాంక్‌ను పొందలేరు. సిపాయిల అధికారులలో ఎక్కువ మంది వృద్ధులు, వారు సీనియారిటీ ద్వారా తమ స్థాయిని పొందారు, వారు తక్కువ చర్యను చూసి నాయకులుగా శిక్షణ పొందలేదు. అందువల్ల తిరుగుబాటు తాంత్యా తోపే మరియు రాణి లక్ష్మీ బాయి వంటి ఆకర్షణీయ నాయకులపై ఆధారపడింది, అయినప్పటికీ అనేకమంది ఇతర రాకుమారులు అసూయతో మరియు శత్రుత్వంతో పరిగణించబడ్డారు.

అనేక సందర్భాల్లో, నగరాలు మరియు కోటల రక్షకులు మొదట బాగా పోరాడారు, అయితే ఉపశమన దళాలు ఓడిపోయినప్పుడు నిరుత్సాహానికి గురయ్యారు, ఆపై పోరాడకుండా సులభంగా రక్షించబడిన స్థానాలను విడిచిపెట్టారు.

దీనికి విరుద్ధంగా, డురాండ్, రోజ్ మరియు వారి ప్రధాన సబార్డినేట్‌లు త్వరగా మరియు నిర్ణయాత్మకంగా వ్యవహరించారు. బెంగాల్ సైన్యంతో సమాన స్థాయిలో అసంతృప్తి చెందని బొంబే సైన్యం నుండి వారి అనేక దళాలు వచ్చాయి.

పంజాబ్

పంజాబ్ నిజానికి లాహోర్‌లో కేంద్రీకృతమై ఉన్న చాలా పెద్ద పరిపాలనా విభాగంగా బ్రిటిష్ వారు దీనిని ప్రస్తావించారు. ఇందులో ప్రస్తుత భారత మరియు పాకిస్తానీ పంజాబ్ ప్రాంతాలు మాత్రమే కాకుండా ఆఫ్ఘనిస్తాన్ సరిహద్దులో ఉన్న వాయువ్య సరిహద్దు జిల్లాలు కూడా ఉన్నాయి.

1839లో రంజిత్ సింగ్ మరణించే వరకు చాలా ప్రాంతం సిక్కు రాజ్యంగా ఉంది. లాహోర్ దర్బార్ (కోర్టు)లో అధికారం కోసం కోర్టు వర్గాలు మరియు ఖల్సా (సిక్కు సైన్యం) పోటీ చేయడంతో రాజ్యం గందరగోళంలో పడింది. రెండు ఆంగ్లో-సిక్కు యుద్ధాల తర్వాత, మొత్తం ప్రాంతాన్ని 1849లో ఈస్ట్ ఇండియా కంపెనీ స్వాధీనం చేసుకుంది. 1857లో, ఈ ప్రాంతం ఇప్పటికీ అత్యధిక సంఖ్యలో బ్రిటిష్ మరియు భారతీయ దళాలను కలిగి ఉంది.

పంజాబ్ నివాసులు సిపాయిల పట్ల అంతగా సానుభూతి చూపేవారు కాదు, ఎందుకంటే వారిలో చాలా మంది పెరిగిన ప్రాంతాలు, ఇవి ఒకదానికొకటి వేరుచేయబడిన సిపాయిల రెజిమెంట్‌ల ద్వారా విరుద్ధమైన తిరుగుబాట్లకు పరిమితమయ్యాయి. కొన్ని దండులలో, ముఖ్యంగా ఫిరోజ్‌పూర్‌లో, సీనియర్ బ్రిటీష్ అధికారుల నిర్ణయాధికారం సిపాయిలను తిరుగుబాటు చేయడానికి అనుమతించింది, అయితే సిపాయిలు ఆ ప్రాంతాన్ని విడిచిపెట్టారు, ఎక్కువగా ఢిల్లీకి వెళ్లారు. అత్యంత ముఖ్యమైన దండులో, ఆఫ్ఘన్ సరిహద్దుకు దగ్గరగా ఉన్న పెషావర్ వద్ద, చాలా మంది జూనియర్ అధికారులు తమ నామమాత్రపు కమాండర్ (వృద్ధ జనరల్ రీడ్)ని విస్మరించి నిర్ణయాత్మక చర్య తీసుకున్నారు. వారు సిపాయిల మెయిల్‌ను అడ్డుకున్నారు, తద్వారా వారి సమన్వయ తిరుగుబాటును అడ్డుకున్నారు మరియు తిరుగుబాటులు సంభవించినప్పుడు వాటిని అణిచివేసేందుకు వేగంగా కదిలేందుకు 'పంజాబ్ మూవబుల్ కాలమ్' అని పిలువబడే ఒక దళాన్ని ఏర్పాటు చేశారు. అది స్పష్టమయ్యాక పెషావర్‌లోని కొంతమంది సిపాయిలు బహిరంగ తిరుగుబాటు దశలో ఉన్నారని అడ్డగించబడిన ఉత్తరప్రత్యుత్తరాల నుండి, నాలుగు అత్యంత అసంతృప్తి చెందిన బెంగాల్ స్థానిక రెజిమెంట్‌లను మే 22న ఫిరంగిదళాల మద్దతుతో కంటోన్మెంట్‌లోని రెండు బ్రిటిష్ పదాతిదళ రెజిమెంట్‌లు నిరాయుధమయ్యాయి. ఈ

నిర్ణయాత్మక చర్య ప్రేరేపించబడింది. చాలా మంది స్థానిక నాయకులు బ్రిటిష్ వారి పక్షాన నిలిచారు. సరిహద్దు దండుల్లోని కొన్ని రెజిమెంట్లు తదనంతరం తిరుగుబాటు చేశాయి, కానీ శత్రు పఖ్తున్ గ్రామాలు మరియు తెగల మధ్య ఒంటరిగా మారాయి. జూన్ మరియు జూలైలో పంజాబ్ మరియు నార్త్-వెస్ట్ ఫ్రాంటియర్ ప్రావిన్స్‌లలో తిరుగుబాటు చేసిన లేదా విడిచిపెట్టిన యూనిట్ల నుండి అనేక వందల మంది సిపాయిలకు అనేక సామూహిక ఉరిశిక్షలు జరిగాయి. బెంగాల్ యూనిట్లలో మొదటి అశాంతికి ముందే బ్రిటిష్ వారు సిక్కు మరియు పఖ్తూన్ కమ్యూనిటీల నుండి అక్రమమైన యూనిట్లను నియమించుకున్నారు మరియు తిరుగుబాటు సమయంలో వీరి సంఖ్య బాగా పెరిగింది. ఒక దశలో, ఢిల్లీ ముట్టడిదారులను బలోపేతం చేయడానికి దళాలను పంపవలసిన అవసరాన్ని ఎదుర్కొన్న పంజాబ్ కమీషనర్, స్నేహం యొక్క ప్రతిజ్ఞకు బదులుగా ఆఫ్ఘనిస్తాన్‌కు చెందిన దోస్త్ మహమ్మద్ ఖాన్‌కు గౌరవనీయమైన పెషావర్ బహుమతిని అందజేయాలని సూచించారు. పెషావర్‌లోని బ్రిటిష్ ఏజెంట్లు మరియు పక్కనే ఉన్న జిల్లాలు భయాందోళనకు గురయ్యాయి. తిరోగమనం యొక్క ఊచకోతని సూచిస్తుంది

1840లో బ్రిటీష్ సైన్యం, హెర్బర్ట్ ఎడ్వర్డ్స్ ఇలా వ్రాశాడు, "దోస్త్ మహ్మద్ ఒక మర్త్య ఆఫ్ఘన్ కాలేడు.... అతను మన రోజును భారతదేశంలో పోయిందని భావించి, శత్రువుగా మనల్ని అనుసరించకపోతే. యూరోపియన్లు వెనక్కి వెళ్ళలేరు - కాబూల్ మళ్లీ వచ్చేది ." ఈ సందర్భంలో, లార్డ్ కానింగ్ పెషావర్‌ను నిర్వహించాలని పట్టుబట్టారు మరియు

ఇరవై సంవత్సరాలుగా బ్రిటన్‌తో సంబంధం లేని దోస్త్ మహమ్మద్ తటస్థంగా ఉన్నారు. పంజాబ్‌లో చివరి పెద్ద-స్థాయి సైనిక తిరుగుబాటు జూలై 9న జరిగింది, సియాల్‌కోట్‌లోని చాలా మంది సిపాయిల బ్రిగేడ్ తిరుగుబాటు చేసి ఢిల్లీకి వెళ్లడం ప్రారంభించింది. వారు రావి నదిని దాటడానికి ప్రయత్నించినప్పుడు సమానమైన బ్రిటిష్ బలగంతో జాన్ నికల్సన్ వారిని అడ్డుకున్నాడు. చాలా గంటలపాటు నిలకడగా పోరాడినా విఫలమైన తర్వాత, సిపాయిలు నది దాటి వెనక్కి తగ్గేందుకు ప్రయత్నించారు కానీ ఒక ద్వీపంలో చిక్కుకున్నారు. మూడు రోజుల తరువాత, నికల్సన్ ట్రిమ్ము ఘాట్ యుద్ధంలో చిక్కుకున్న 1100 మంది సిపాయిలను నిర్మూలించాడు.

పంజాబ్ గ్రామీణ ప్రాంతంలో, ఖాల్సా సైన్యానికి చెందిన మోహర్ సింగ్, బహదూర్ షా జఫర్‌కు అనుకూలంగా బహిరంగంగా ప్రకటించాడు, రోపర్‌లో ఖల్సా-మొఘల్ రాజ్‌గా ప్రకటించేంత వరకు వెళ్లాడు. సిస్-సట్లెజ్ సిక్కులు (అసలు సిక్కు రాజ్యం వెలుపల చీనాబ్ నదికి తూర్పు ప్రాంతం నుండి) మాత్రమే బ్రిటీష్ వారికి మద్దతునిచ్చారని చాలా మంది భారతీయ చరిత్రకారులు వాదించారు; అయినప్పటికీ, 1858లో నేటి పాకిస్థాన్‌లోని డేరా ఇస్మాయిల్ ఖాన్ వద్ద, 10 మంది సిక్కు పదాతిదళం తిరుగుబాటు చేసింది-బ్రిటీష్ అధికారులు మరియు పాటియాలా, నబ్లా, జింద్ పాలకులు తమ సైనికులను విశ్వసించలేరని, సిస్-సట్లెజ్ సిక్కులు కూడా రికార్డులో ఉన్నారు. 'ఔద్ మరియు హిందుస్థానీ ప్రాంతాల నుండి వచ్చిన వార్తలతో సంతోషిస్తున్నాము.'

ముర్రే మరియు హజారా

బ్రిటీష్ వారిపై యుద్ధం ముర్రే మరియు హజారాలోని దక్షిణ ప్రాంతాలకు చేరుకుంది, ఇప్పుడు జులై 1857లో ధోండ్ అబ్బాసీ నాయకుడు సర్దార్ షెర్బాజ్ ఖాన్ బ్రిటిష్ వారిపై దాడి చేయాలని ప్లాన్ చేసినప్పుడు సర్కిల్ బకోట్ అని పిలుస్తారు. సర్దార్ ఖాన్ కింది ముఖ్యమైన గిరిజన నాయకుల మద్దతును పొందగలిగాడు.

1. సత్తి నాయకుడు సర్దార్ బోర్హా ఖాన్
2. కర్హల్ నాయకుడు సర్దార్ హసన్ అలీ ఖాన్
3. బిరోటేకు చెందిన సర్దార్ లల్లీ ఖాన్ మరియు మియాన్ అబ్దుల్ అజీజ్
4. కాశ్మీర్‌లోని పూంచ్‌కు చెందిన సర్దార్ రేషమ్ ఖాన్

అయితే తిరుగుబాటు విజయవంతం కాలేదు. తిరుగుబాటుదారులు ద్రోహం చేయబడ్డారు మరియు శిక్షగా, సర్దార్ షెర్బాజ్ ఖాన్ యొక్క ఎనిమిది మంది కుమారులు సర్దార్ ఖాన్ ముర్రేలో (ఫిరంగి కాల్పుల ద్వారా) పేల్చివేయబడ్డారు.

తనను ఉరి తీశారు. ఈ స్వాతంత్ర్య ప్రణాళికకు సూత్రధారులు దేవల్ షరీఫ్‌కు చెందిన ధోక్ సయ్యదాన్‌కు చెందిన ఇద్దరు సయ్యద్ సోదరులు. అందరూ బ్రిటిష్ పాలనకు వ్యతిరేకం కాదు, ఈ ప్రాంతంలో బ్రిటీష్ పాలన స్థాపించబడక ముందు, గిరిజనులు సిక్కు సైన్యానికి వ్యతిరేకంగా పోరాడారు. పీర్ ఆఫ్ ప్లాసి నాయకత్వంలో వారు బాలాకోట్‌లో సిక్కు సైన్యానికి వ్యతిరేకంగా పోరాడారు – ఇక్కడి దళాలకు సయ్యద్ షా ఇస్మాయిల్ మరియు సయ్యద్ అహ్మద్ నాయకత్వం వహించారు. దేవల్ షరీఫ్‌కు చెందిన పీర్

దివంగత అబ్దుల్ మజీద్ అహ్మద్ తాత కూడా సిక్కుల ఆర్మీ చీఫ్ హరి సింగ్ నల్వాతో జరిగిన పోరాటంలో దేవల్‌లో అమరవీరుని స్వీకరించారు. నల్వా సేనలు టకోటే సర్కిల్‌లోని గిరిజనులను అణిచివేశాయి. 1845లో రావల్పిండిలో పోరాడిన బ్రిటీష్ వారు రంజిత్ సింగ్ (పంజాబ్ మాజీ పాలకుడు) భార్య రాణి జిందాన్‌ను బంధించారు – ఇది సిక్కుల పాలన పతనానికి కారణమైంది, బ్రిటీష్ వారు ముర్రే ప్రాంతంలోకి ప్రవేశించినప్పుడు స్థానిక తెగలందరూ మొదట్లో స్వాగతం పలికారు. వాటిని గులాబీలతో. తక్కువ సమయంలోనే, చాలా మంది తెగలు తాము ఒక రకమైన వృత్తిని మరొకదానికి మార్చుకున్నట్లు భావించారు మరియు భారతదేశంలోని ఇతర చోట్ల జరిగిన సంఘటనలు తిరుగుబాటును ప్రోత్సహించాయి. అయితే బ్రిటీష్ వారు ఈ ప్రాంతంలోని అనేక తెగలను తమ సైన్యంలోకి చేర్చుకున్నారు, ఉదాహరణకు ఈ ప్రాంతంలో పెద్ద సంఖ్యలో సత్తి తెగకు చెందిన వారు బ్రిటిష్ సైన్యంలోకి సిపాయిలుగా నియమించబడ్డారు మరియు బ్రిటిష్ కమాండర్లు (కలోనియల్ ఇండియా అంతటా) ఎక్కువగా ఈ యుద్ధంలో విజయం సాధించారు. స్థానిక పదాతిదళాన్ని ఉపయోగించడం ద్వారా.

మిగిలిన భారతదేశం

బరేలీలో కేంద్రీకృతమై ఉన్న రోహిల్లాలు కూడా యుద్ధంలో చాలా చురుకుగా ఉన్నారు మరియు క్యాంప్‌బెల్ చివరకు ఔద్‌లో ప్రతిఘటనను అణచివేసిన తర్వాత బ్రిటిష్ వారు తిరిగి స్వాధీనం చేసుకున్న వాటిలో ఈ ప్రాంతం చివరిది.

బీహార్ మరియు బనారస్ చుట్టుపక్కల జిల్లాలలో జరిగిన తిరుగుబాటు చివరకు అదే సమయంలో అధిగమించబడింది. తిరుగుబాటు ప్రారంభ రోజుల్లో, బ్రిటీష్ నియంత్రణ త్వరగా కోల్పోయింది, అయితే ఆ ప్రాంతంలో ఉన్న బెంగాల్ ఆర్మీ యూనిట్లు విడిపోయి వారి ఇళ్లకు చెదరగొట్టారు. బ్రిటీష్ వారు ఔద్‌పై కేంద్రీకరించినందున ఈ ప్రాంతం ఎక్కువగా దాటవేయబడింది. చివరికి, లక్నోను తిరిగి స్వాధీనం చేసుకున్న తరువాత, చెల్లాచెదురుగా ఉన్న తిరుగుబాటుదారుల బృందాలు అణచివేయబడ్డాయి మరియు బ్రిటీష్ అధికారం తిరిగి అమలులోకి వచ్చింది.

బొంబాయి ప్రెసిడెన్సీలో, కొల్హాపూర్, సతారా, కరాచీ, బొంబాయి, ఔరంగాబాద్, నాసిరాబాద్ మరియు అహ్మదాబాద్‌లలో బొంబాయి ఆర్మీ యూనిట్ల మధ్య తిరుగుబాట్లు మరియు మహారాష్ట్ర-గుజరాత్-కర్ణాటక రైజింగ్‌లు జరిగాయి. ఒక హిందువు మరియు ఒక ముస్లిం సిపాయి

ఫిరంగి నోరు నుండి విడదీయబడ్డాయి, ఈ రోజు ముంబైలోని ఆజాద్ మైదాన్‌గా ఉంది. బాంబే సైన్యంలోని తిరుగుబాట్లు త్వరగా అణిచివేయబడ్డాయి మరియు రెండు రెండు రెజిమెంట్లు రద్దు చేయబడ్డాయి. 1858 కొంకణ్-వెస్ట్ కోస్ట్ గెరిల్లా పోరాటంలో, రాయగఢ్

మరియు రత్నగిరి నుండి సావంత్‌వాడి వరకు, ఆపై ఉడిపి మరియు మంగళూరు వరకు విస్తరించి, మహర్, మరాఠా, కన్నడ మరియు తుళు యోధులు భుజం భుజం కలిపి పోరాడారు. యుపి-బీహార్-ఎంపి బెల్ట్, లేదా ఒరిస్సా, లేదా అస్సాం-బెంగాల్ లేదా పశ్చిమ భారతదేశంలోని దాదాపు ప్రతి భారతీయ జిల్లా కూడా 'ఒక హిందువు, ఒక ముస్లిం' అమరవీరుల నమూనాను చూపుతుంది.

మహారాష్ట్రలో, భిల్లులు మరియు కోలీలు ప్రారంభించిన 1857 ఖాందేష్ (నాసిక్-జల్గావ్-ధూలే) పోరాటాలలో పఠాన్‌లు మరియు అరబ్బులు ప్రముఖంగా ఉన్నారు. కర్ణాటకలో గుల్బర్గా, ధార్వార్, రాయచూర్ రైజింగ్‌లలో లింగాయత్-రామోషి-మరాఠా-ముస్లింల భాగస్వామ్యం కనిపించింది.

అయోధ్యలో, మహంత్ రాందాస్ మరియు మౌలవి అమీర్ అలీ, అలాగే
శంభు ప్రసాద్ శుక్లా మరియు అచ్చన్ ఖాన్ అనే ఇద్దరు మతపరమైనవారు
హిందువులు మరియు ఇద్దరు ముస్లింలను పక్కపక్కనే ఉరితీశారు.

సాధారణంగా మద్రాసు సైన్యం మరియు మద్రాసు ప్రెసిడెన్సీ ఉప్పెనలు లేకుండా ఉన్నాయని చెబుతారు, అయినప్పటికీ మద్రాసులో, లబ్బాయి ముస్లింలతో నిండిన వాణియంబాడి అనే ప్రదేశంలో, 8వ మద్రాసు అశ్వికదళం పెరిగింది. మిగిలిన చోట్ల, తేవర్-వెల్లాల నేతృత్వంలో సిపాయిలు. ఆ తర్వాత వెల్లూరులో 1858లో మద్రాసు ఆర్మీ సిపాయిలు తమ బ్రిటిష్ అధికారులను చంపారు.

ఆంధ్ర-తెలంగాణ దేశంలో, కోస్తా-గోదావరి బెల్ట్‌లోని గిరిజన తెగలు ఒక రెడ్డి నాయకుడు మరియు ముస్లిం-పఠాన్ మాజీ సైనికుడి ఆధ్వర్యంలో పెరిగారు; ఆదిబలద్ మరియు వరంగల్, మరియు రాయలసీమలోని కడప మరియు నెల్లూరులలో, పఠాన్లు మరియు షేక్‌లు గోండు మరియు కాపు సహాయంతో ఒక చిన్న సైన్యాన్ని ఏర్పాటు చేశారు. కేరళలో, మోప్లా ఆందోళనకారులు, ఈజ్వాలు, కేరళ షెడ్యూల్డ్ కులాలు మరియు నంబూద్రి బ్రాహ్మణుల సహాయంతో మలబార్ ప్రాంతంలో ఉద్యమాలు చేశారు.

తర్వాత తిరుగుబాటు సమయంలో భారతదేశంలో పోరాడిన సైనికులకు క్రౌన్ కొత్తగా స్థాపించబడిన 182 విక్టోరియా క్రాస్‌ను ప్రదానం చేసింది; ఇదే కాలంలో క్రిమియన్ యుద్ధం 111 లాభపడింది.

ప్రతీకారం

1857 చివరి నుండి, బ్రిటిష్ వారు మళ్లీ ప్రాబల్యాన్ని పొందడం ప్రారంభించారు. మార్చి 1858లో లక్నో తిరిగి స్వాధీనం చేసుకుంది. 8 జులై 1858న శాంతి ఒప్పందం కుదిరింది మరియు యుద్ధం ముగిసింది. చివరి తిరుగుబాటుదారులు 20 జూన్ 1858న గ్వాలియర్‌లో ఓడిపోయారు. 1859 నాటికి, తిరుగుబాటు నాయకులు భక్త్ ఖాన్ మరియు నానా సాహిబ్‌లు చంపబడ్డారు లేదా పారిపోయారు. తిరుగుబాటుదారులను ఉరితీయడంతో పాటు, బ్రిటీష్ వారికి కొంత "ఫిరంగి నుండి పేల్చివేయబడింది"; భారతదేశంలో చాలా సంవత్సరాల క్రితం పాత మొఘల్ శిక్షను అనుసరించారు. ఫైరింగ్ స్క్వాడ్ మరియు ఉరి మధ్య మధ్యలో ఉరితీసే పద్ధతి కానీ మరింత ప్రదర్శన; శిక్ష విధించబడిన తిరుగుబాటుదారులను ఫిరంగుల నోటి ముందు ఉంచారు. మరియు ముక్కలుగా ఎగిరింది.

ఇది క్రూరమైన మరియు క్రూరమైన యుద్ధం, రెండు వైపులా ఇప్పుడు యుద్ధ నేరాలుగా వర్ణించబడే వాటిని ఆశ్రయించారు. అయితే, చివరికి, సంపూర్ణ సంఖ్యల పరంగా, భారతదేశం వైపు మరణాలు గణనీయంగా ఎక్కువగా ఉన్నాయి. ఢిల్లీ పతనం తర్వాత ప్రచురించిన లేఖ.....లోపల దొరికిన నగరవాసులంతా 'బాంటే టెలిగ్రాఫ్'లో మరియు తదనంతరం బ్రిటిష్ ప్రెస్‌లో పునరుత్పత్తి చేయబడినది ప్రతీకారం యొక్క స్థాయి మరియు స్వభావానికి సాక్ష్యమిచ్చింది:

మా దళాలు ప్రవేశించినప్పుడు (ఢిల్లీ నగరం యొక్క) గోడలు అక్కడికక్కడే కాల్చబడ్డాయి మరియు మీరు ఊహించినట్లుగా, కొన్ని ఇళ్లలో నలభై మరియు యాభై మంది దాక్కున్నారని నేను మీకు చెప్పినప్పుడు వారి సంఖ్య గణనీయంగా ఉంది. వీరు తిరుగుబాటుదారులు కాదు, క్షమాపణ కోసం మా సుప్రసిద్ధ తేలికపాటి నియమాన్ని విశ్వసించిన నగరవాసులు. వారు నిరాశకు గురయ్యారని చెప్పడానికి నేను సంతోషిస్తున్నాను.

ఢిల్లీని జయించిన జనరల్ మాంట్‌గోమెరీ కెప్టెన్ హోడ్సన్‌కు రాసిన మరో సంక్షిప్త లేఖ ఢిల్లీవాసుల హత్యాకాండను బ్రిటీష్ మిలటరీ హైకమాండ్ ఎలా ఆమోదించిందో బట్టబయలు చేసింది: "రాజును పట్టుకుని అతని కుమారులను చంపినందుకు మీకు అన్ని గౌరవాలు ఉన్నాయి. మీరు చాలా మందిని పొందుతారని నేను ఆశిస్తున్నాను. మరింత!"

ఢిల్లీ పతనం తర్వాత బ్రిటీష్ సైనికుల ప్రవర్తనపై కెప్టెన్ హడ్సన్ స్వయంగా తన పన్నెండు సంవత్సరాలు అనే పుస్తకంలో వ్యాఖ్యానించాడు. "సైన్యం పట్ల నాకున్న ప్రేమతో, నేను ఒప్పుకున్న ప్రవర్తనను ఒప్పుకోవాలి
క్రైస్తవులు, ఈ సందర్భంగా, ముట్టడితో ముడిపడి ఉన్న అత్యంత అవమానకరమైన వాస్తవాలలో ఒకటి." (1858 ప్రారంభంలో లక్నోను తిరిగి స్వాధీనం చేసుకున్న సమయంలో హడ్సన్ చంపబడ్డాడు).

ఎడ్వర్డ్ విబార్ట్, పందొమ్మిదేళ్ల అధికారి, తన అనుభవాన్ని కూడా నమోదు చేశాడు:

ఇది సాక్షాత్తూ హత్యే...ఈ మధ్య నేను చాలా రక్తపాతం మరియు భయంకరమైన దృశ్యాలను చూశాను కానీ నిన్న నేను చూసిన అలాంటి దృశ్యాలను మళ్లీ చూడకూడదని ప్రార్థిస్తున్నాను. స్త్రీలు అందరూ తప్పించుకున్నారు కానీ వారి భర్తలను మరియు కొడుకులను కసాయి చేయడం చూసి వారి అరుపులు చాలా బాధాకరమైనవి... స్వర్గానికి నేను జాలిపడలేదని తెలుసు, కానీ కొంతమంది ముసలి బూడిద గడ్డం ఉన్న వ్యక్తిని తీసుకువచ్చి మీ కళ్ళ ముందు కాల్చివేసినప్పుడు, ఆ వ్యక్తి కష్టం. ఎవరు ఉదాసీనంగా చూడగలరు అని నేను అనుకుంటున్నాను ...

బ్రిటీష్ వారు 'ఖైదీలు లేరు' అనే విధానాన్ని అవలంబించారు, ఇది ఊచకోత మరియు సామూహిక ఉరి ద్వారా అమలు చేయబడిన విధానం. ఒక అధికారి, థామస్ లోవ్, ఒక సందర్భంలో తన యూనిట్ 76 మంది ఖైదీలను ఎలా పట్టుకున్నారో గుర్తు చేసుకున్నారు (వారు కూడా

చంపడం కొనసాగించడానికి అలసిపోతుంది మరియు విశ్రాంతి అవసరం, అతను గుర్తుచేసుకున్నాడు). తరువాత, త్వరిత విచారణ తర్వాత, ఖైదీలందరూ ఒక బ్రిటీష్ సైనికుడు వారి ముందు రెండు గజాల దూరంలో నిలబడి ఉన్నారు. 'అగ్ని' క్రమంలో, వారందరూ ఏకకాలంలో కాల్చివేయబడ్డారు, "తమ భూసంబంధమైన ఉనికి నుండి ... తుడిచిపెట్టబడ్డారు". లోవ్ పాల్గొన్న సామూహిక ఉరిశిక్ష ఇది మాత్రమే కాదు. మరొక సందర్భంలో అతని యూనిట్ 149 మంది ఖైదీలను పట్టుకుంది, మరోసారి వారిని వరుసలో ఉంచి అందరినీ ఏకకాలంలో కాల్చి చంపారు.

తత్ఫలితంగా, యుద్ధం ముగిసిన తర్వాత భారతదేశం నుండి చాలా మంది పోరాట యోధులను ఉరితీయడంతోపాటు పెద్ద సంఖ్యలో పౌరులు తిరుగుబాటు కారణానికి సానుభూతిపరులుగా భావించారు. బ్రిటీష్ ప్రెస్ మరియు బ్రిటీష్ ప్రభుత్వం ఏ విధమైన

క్షమాపణను సమర్థించలేదు, అయినప్పటికీ గవర్నర్ జనరల్ కానింగ్ స్థానిక సున్నితత్వాలకు సానుభూతి చూపడానికి ప్రయత్నించారు, అపహాస్యం కలిగిన 'క్లెమెన్సీ క్యానింగ్'ను సంపాదించారు. సైనికులు చాలా తక్కువ మంది ఖైదీలను పట్టుకున్నారు మరియు తరచూ వారిని తరువాత ఉరితీశారు. తిరుగుబాటుదారుల అనుకూల సానుభూతి కోసం గ్రామాలు మొత్తం తుడిచిపెట్టుకుపోయాయి. భారతీయులు ఈ ప్రతీకార చర్యను 'డెవిల్స్ విండ్' అని పిలిచారు.

డ్రమ్స్ యొక్క స్థిరమైన బీట్‌కు, పట్టుబడిన తిరుగుబాటుదారులు మొదట వారి యూనిఫామ్‌లను తీసివేసి, ఆపై ఫిరంగులకు కట్టివేయబడ్డారు, వారి పొట్టలు పెద్ద తుపాకుల నోళ్లకు వ్యతిరేకంగా బలంగా నెట్టబడ్డాయి. కాల్పులకు ఆదేశం ఇచ్చారు. విపరీతమైన గర్జనతో, అన్ని ఫిరంగులు ఒక్కసారిగా ప్రాణం పోసుకున్నాయి, వేసవి ఆకాశంలోకి పాము చేసిన నల్లటి పొగ మేఘాన్ని సృష్టించాయి. పొగ క్లియర్ చేసినప్పుడు, అక్కడ

తిరుగుబాటుదారుల శరీరాల్లో ఇప్పటికీ ఫిరంగులకు కట్టివేయబడిన చేతులు, మరియు టేకింగ్ పరేడ్ మైదానంలో మృదువైన చప్పుడుతో దిగిన వారి నల్లబడిన తలలు తప్ప

మరేమీ మిగలలేదు. ఇది చనిపోవడానికి ఒక భయంకరమైన మార్గం మరియు సాక్ష్యమివ్వడానికి భయంకరమైన దృశ్యం.

ది ఇండియన్ మ్యూటినీ రచయిత, బ్రిటిష్ చరిత్రకారుడు సాల్ డేవిడ్, మరణాల సంఖ్య 'వందల వేలకు' చేరిందని లెక్కించారు.

144

పునర్వ్యవస్థీకరణ

బి అహదూర్ షా జఫర్‌ను ఢిల్లీలో సమావేశమైన సైనిక కమిషన్ దేశద్రోహానికి ప్రయత్నించింది మరియు రంగూన్‌కు బహిష్కరించబడ్డాడు, అక్కడ అతను 1862లో మరణించాడు, చివరకు మొఘల్ రాజవంశం అంతం అయింది. 1877లో క్వీన్ విక్టోరియా తన ప్రధాన మంత్రి బెంజమిన్ డిస్రేలీ సలహా మేరకు భారత సామ్రాజ్ఞి బిరుదును పొందింది.

తిరుగుబాటుతో భారతదేశంలో బ్రిటిష్ ఈస్టిండియా కంపెనీ పాలన ముగిసింది. ఆగస్టులో, భారత ప్రభుత్వ చట్టం 1858 ద్వారా, కంపెనీ అధికారికంగా రద్దు చేయబడింది మరియు భారతదేశంపై దాని పాలక అధికారాలు బ్రిటిష్ క్రౌన్‌కు బదిలీ చేయబడ్డాయి. భారతదేశ పాలనను నిర్వహించడానికి కొత్త బ్రిటిష్ ప్రభుత్వ విభాగం, ఇండియా ఆఫీస్ సృష్టించబడింది మరియు దాని అధిపతి, భారతదేశానికి సంబంధించిన రాష్ట్ర కార్యదర్శికి భారతీయ విధానాన్ని రూపొందించే బాధ్యతను అప్పగించారు. భారత గవర్నర్-జనరల్ కొత్త బిరుదును (వైస్రాయ్ ఆఫ్ ఇండియా) పొందారు మరియు భారతదేశ కార్యాలయం రూపొందించిన విధానాలను అమలు చేశారు. బ్రిటీష్ వలస పాలన సంస్కరణల కార్యక్రమాన్ని ప్రారంభించింది, భారతీయ ఉన్నత కులాలు మరియు పాలకులను ప్రభుత్వంలోకి చేర్చడానికి ప్రయత్నిస్తుంది మరియు పాశ్చాత్యీకరణ ప్రయత్నాలను రద్దు చేసింది. వైస్రాయ్ భూ కబ్జాలను నిలిపివేసాడు, మత సహనాన్ని ఆజ్ఞాపించాడు మరియు భారతీయులను పౌర సేవలో చేర్చుకున్నాడు, అయినప్పటికీ ప్రధానంగా అధీనంలో ఉన్నారు.

ముఖ్యంగా పాత ఈస్టిండియా కంపెనీ బ్యూరోక్రసీ అలాగే ఉంది, అయితే వైఖరులలో పెద్ద మార్పు ఉంది. తిరుగుబాటుకు కారణాలను అన్వేషించడంలో అధికారులు మతం మరియు ఆర్థిక వ్యవస్థ అనే రెండు విషయాలపై దృష్టి పెట్టారు. మతం విషయంలో చాలా జోక్యం ఉందని భావించారు. స్వదేశీ సంప్రదాయాలు, హిందూ మరియు ముస్లిం రెండూ. ఆర్థిక వ్యవస్థపై కంపెనీ గతంలో స్వేచ్ఛా మార్కెట్ పోటీని ప్రవేశపెట్టడానికి చేసిన ప్రయత్నాలు సాంప్రదాయ అధికార నిర్మాణాలు మరియు విధేయత యొక్క బంధాలను బలహీనపరిచాయని, రైతులను వ్యాపారులు మరియు వడ్డీ వ్యాపారుల దయపై ఉంచిందని ఇప్పుడు నమ్ముతారు. పర్యవసానంగా, కొత్త బ్రిటిష్ రాజ్ సంప్రదాయం

మరియు సోపానక్రమం యొక్క పరిరక్షణ ఆధారంగా ఒక సాంప్రదాయిక ఎజెండా చుట్టూ నిర్మించబడింది.

రాజకీయ స్థాయిలో గతంలో పాలకులు మరియు పాలకుల మధ్య సంప్రదింపులు లేకపోవడం తిరుగుబాటుకు దోహదపడే మరో ముఖ్యమైన అంశం అని కూడా భావించబడింది. పర్యవసానంగా, భారతీయులు స్థానిక స్థాయిలో ప్రభుత్వంలోకి లాగబడ్డారు. ఇది పరిమిత స్థాయిలో జరిగినప్పటికీ, భారతీయ విశ్వవిద్యాలయాల చట్టం ఫలితంగా కలకత్తా, బొంబాయి మరియు మద్రాస్‌లలో విశ్వవిద్యాలయాలను ప్రారంభించడం ద్వారా మరింత ఉత్తేజితమై, కొత్త 'వైట్ కాలర్' భారతీయ ఉన్నత వర్గాన్ని సృష్టించడం ద్వారా ఒక కీలకమైన దృష్టాంతం ఏర్పడింది. కాబట్టి, సాంప్రదాయ మరియు ప్రాచీన భారతదేశం యొక్క విలువలతో పాటు, ఒక కొత్త వృత్తిపరమైన మధ్యతరగతి పుట్టుకొచ్చింది, ఏ విధంగానూ గత విలువలకు కట్టుబడి ఉండదు. వారి ఆశయం నవంబర్ 1858 నాటి విక్టోరియా ప్రకటన ద్వారా మాత్రమే ఉద్దీపన చేయబడి ఉండవచ్చు, దీనిలో స్పష్టంగా చెప్పబడింది, “మన ఇతర విషయాలకు మనలను బంధించే అదే బాధ్యతల ద్వారా మన భారతీయ భూభాగాల స్థానికులకు మనం కట్టుబడి ఉంటాము ... మా తదుపరి సంకల్పం ఏమిటంటే... మా సబ్జెక్ట్‌లు ఏ జాతి లేదా మతానికి చెందిన వారైనా, మా సేవలోని కార్యాలయాలలో స్వేచ్ఛగా మరియు నిష్పక్షపాతంగా ప్రవేశం పొందడం, వారి విద్య, సామర్థ్యం మరియు చిత్తశుద్ధి, ఉత్సర్గ బాధ్యతల ద్వారా వారు అర్హత పొందగల విధులు,”

ఈ భావాలను అనుసరించి, లార్డ్ రిపన్, వైస్రాయ్, 1880 నుండి 1885 వరకు, స్థానిక స్వీయ-ప్రభుత్వ అధికారాలను విస్తరించాడు మరియు ఇల్బర్ట్ బిల్లు ద్వారా న్యాయస్థానాలలో జాతిపరమైన పద్ధతులను తొలగించాలని ప్రయత్నించాడు. కానీ ఒక సమయంలో ఉదారవాద మరియు ప్రగతిశీల విధానం ఒక మలుపులో ప్రతిచర్య మరియు వెనుకబడి, కొత్త ఉన్నత వర్గాలను సృష్టించడం మరియు పాత వైఖరులను నిర్ధారించడం. ఇల్బర్ట్ బిల్లు శ్వేతజాతీయుల తిరుగుబాటుకు కారణమయ్యే ప్రభావాన్ని మాత్రమే కలిగి ఉంది మరియు చట్టం ముందు పరిపూర్ణ సమానత్వం యొక్క అవకాశాన్ని ముగించింది. 1886లో సివిల్ సర్వీస్‌లోకి భారతీయుల ప్రవేశాన్ని నిరోధించేందుకు చర్యలు తీసుకున్నారు.

సైనికపరంగా, తిరుగుబాటు బ్రిటిష్ ఇండియా యొక్క 'స్థానిక' మరియు యూరోపియన్ సైన్యాలను మార్చింది. బ్రిటిష్ వారు భారతీయ సైనికులకు బ్రిటిష్ వారి నిష్పత్తిని పెంచారు. బ్రిటీష్ వారికి విధేయంగా ఉన్న రెజిమెంట్లు అలాగే ఉంచబడ్డాయి మరియు ఢిల్లీ ప్రచారంలో కీలకమైన గూర్ఖా యూనిట్ల సంఖ్యను పెంచారు. వారి బ్రిటిష్ అధికారుల నుండి సిపాయిలను దూరం చేసిన పాత సంస్థ యొక్క అసమర్థతలను పరిష్కరించారు మరియు 1857 తర్వాత యూనిట్లు ప్రధానంగా 'క్రమరహిత' వ్యవస్థపై నిర్వహించబడ్డాయి. (తిరుగుబాటుకు ముందు, బెంగాల్ పదాతిదళ యూనిట్లలో 26 మంది బ్రిటీష్ అధికారులు ఉన్నారు, వారు ప్రతి కంపెనీకి చెందిన సెకండ్-ఇన్-కమాండ్ వరకు ప్రతి అధికారాన్ని కలిగి ఉన్నారు. సక్రమంగా లేని యూనిట్లలో, కేవలం ఆరు లేదా ఏడుగురు లేదా అంతకంటే తక్కువ మంది బ్రిటిష్ అధికారులు మాత్రమే ఉన్నారు. వారి సైనికులతో చాలా సన్నిహితంగా ఉంటారు, అయితే భారతీయ అధికారులకు మరింత నమ్మకం మరియు బాధ్యత ఇవ్వబడింది.) ప్రధాన స్రవంతి భారతీయ సంస్కృతిలో భాగం కాని 'మార్షల్ రేసెస్' అని పిలవబడే వాటి నుండి చాలా కొత్త యూనిట్లు సృష్టించబడ్డాయి. సిపాయి ఫిరంగి కూడా రద్దు చేయబడింది, అన్ని ఫిరంగులు (మౌంటెన్ తుపాకుల యొక్క కొన్ని చిన్న విభాగాలు మినహా) బ్రిటిష్ చేతుల్లో ఉన్నాయి. తిరుగుబాటు అనంతర మార్పులు ఇరవయ్యవ శతాబ్దం ప్రారంభం వరకు బ్రిటిష్ ఇండియా యొక్క సైనిక సంస్థకు ఆధారం.

తిరుగుబాటు తర్వాత భారతదేశం

(ఆధునిక భారతదేశ చరిత్రలో అంతర్యుద్ధం ఒక ప్రధాన మలుపు. మే 1858లో, బ్రిటిష్ వారు చక్రవర్తి బహదూర్ షా జాఫర్‌ను బర్మాకు బహిష్కరించారు, తద్వారా అధికారికంగా మొఘల్ సామ్రాజ్యాన్ని రద్దు చేశారు. అదే సమయంలో, వారు బ్రిటిష్ ఈస్ట్ ఇండియా కంపెనీని రద్దు చేశారు. మరియు దానిని బ్రిటిష్ కిరీటం క్రింద ప్రత్యక్ష పాలనతో భర్తీ చేసింది.'భారత యువరాజులు, చీఫ్‌లు మరియు ప్రజలకు' కొత్త ప్రత్యక్ష-పాలన విధానాన్ని ప్రకటించడంలో, క్వీన్ విక్టోరియా (1877లో భారత సామ్రాజ్ఞి అనే బిరుదు ఇవ్వబడింది) కింద సమానమైన పరిగణనను వాగ్దానం చేసింది. బ్రిటిష్ చట్టం, కానీ బ్రిటిష్ పాలనపై భారతీయ అపనమ్మకం 1857 తిరుగుబాటు వారసత్వంగా మారింది.

ప్రస్తుతం ఉన్న అనేక ఆర్థిక మరియు ఆదాయ విధానాలు 1857 తర్వాత కాలంలో వాస్తవంగా మారలేదు, అయితే లండన్‌లో భారతదేశానికి సెక్రటరీ ఆఫ్ స్టేట్‌గా క్యాబినెట్ పదవిని సృష్టించడం ద్వారా అనేక పరిపాలనా మార్పులు ప్రవేశపెట్టబడ్డాయి. కలకత్తాలో ప్రధాన కార్యాలయం ఉన్న గవర్నర్-జనరల్ (బ్రిటీష్ కిరీటం యొక్క ప్రత్యక్ష ప్రతినిధిగా వ్యవహరించేటప్పుడు వైస్రాయ్ అని పిలుస్తారు), కార్యనిర్వాహక మరియు శాసన మండలి సహాయంతో భారతదేశంలో పరిపాలనను నడిపించారు. గవర్నర్ జనరల్ క్రింద ప్రాంతీయ గవర్నర్లు ఉన్నారు, వీరు జిల్లా అధికారులపై అధికారాన్ని కలిగి ఉన్నారు, వీరు ఇండియన్ సివిల్ సర్వీస్ యొక్క దిగువ స్థాయిలను ఏర్పాటు చేశారు.

దశాబ్దాలుగా ఇండియన్ సివిల్ సర్వీస్ అనేది బ్రిటీష్-జన్మించిన వారి ప్రత్యేక సంరక్షణ, లా మరియు మెడిసిన్ వంటి ఇతర వృత్తులలో ఉన్నతమైన ర్యాంకులు. బ్రిటిష్ వారు. భారతదేశాన్ని పాలించడంలో నిర్వాహకులు కర్తవ్య భావంతో నింపబడ్డారు మరియు మంచి జీతాలు, ఉన్నత హోదా మరియు పదోన్నతి కోసం అవకాశాలు లభించాయి. 1910ల వరకు ఆంగ్లం-విద్యావంతులైన భారతీయుల సంఖ్య క్రమంగా పెరగడంతో బ్రిటిష్ వారు కొంతమంది భారతీయులను తమ కేడర్‌లోకి అనుమతించలేదు. వైస్రాయ్ 1858లో ప్రభుత్వం రాచరిక రాష్ట్రాలతో చేసుకున్న పూర్వపు ఒప్పందాలను గౌరవిస్తుందని ప్రకటించాడు మరియు మగ వారసులు లేకుండా మరణించిన పాలకుల భూభాగాలను ఈస్టిండియా కంపెనీ స్వాధీనం చేసుకుంది. దాదాపు 40 శాతం భారత

భూభాగం మరియు 20 మరియు మధ్య జనాభాలో 25 శాతం మంది వారి మతపరమైన (ఇస్లామిక్, సిక్కు, హిందూ మరియు ఇతర) మరియు జాతి వైవిధ్యానికి ప్రసిద్ధి చెందిన 562 మంది రాకుమారుల నియంత్రణలో ఉన్నారు.వారి ఆడంబరాలు మరియు వేడుకల పట్ల వారి ప్రవృత్తి సామెతగా మారింది, అయితే వారి డొమైన్‌లు పరిమాణం మరియు సంపదలో మారుతూ వెనుకబడి ఉన్నాయి. బ్రిటీష్ నియంత్రణలో ఉన్న భారతదేశంలో ఇతర చోట్ల జరిగిన సామాజిక రాజకీయ పరివర్తనల వెనుక.

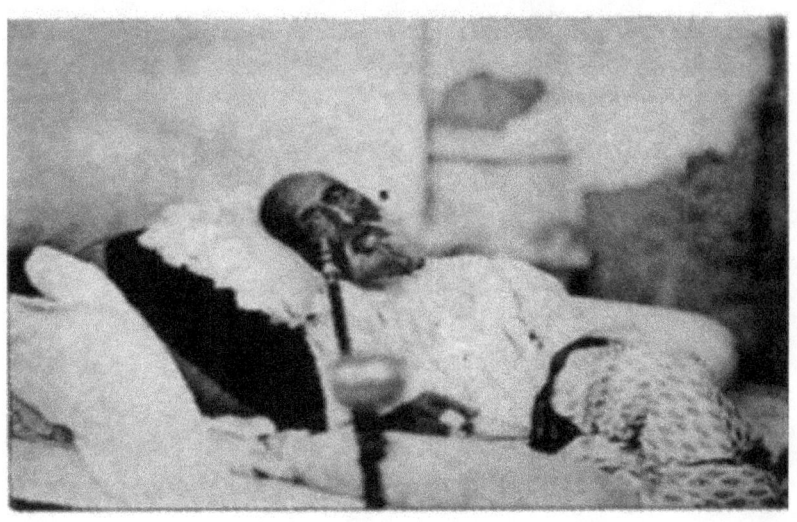

సైన్యం మరియు ప్రభుత్వ ఆర్థిక వ్యవస్థలో మరింత సమగ్రమైన పునర్వ్యవస్థీకరణ జరిగింది. తిరుగుబాటు సమయంలో భారత సైనికుల మధ్య ఉన్న సంఘీభావాన్ని చూసి ఆశ్చర్యపోయిన ప్రభుత్వం సైన్యాన్ని మూడు ప్రెసిడెన్సీలుగా విభజించింది. భారతీయుల పట్ల బ్రిటీష్ వైఖరులు సాపేక్ష నిష్కాపట్యత నుండి ఇన్సులారిటీ మరియు జెనోఫోబియాకు మారాయి, పోల్చదగిన నేపథ్యం మరియు విజయంతో పాటు విధేయత ఉన్నవారికి కూడా వ్యతిరేకంగా. బ్రిటిష్ కుటుంబాలు మరియు వారి సేవకులు భారతీయ స్థావరాలకు దూరంగా కంటోన్మెంట్లలో నివసించారు. బ్రిటీష్ వారు సామాజిక పరస్పర చర్య కోసం సేకరించిన ప్రైవేట్ క్లబ్‌లు ప్రత్యేకత మరియు స్నోబరీకి చిహ్నాలుగా మారాయి, ఇవి బ్రిటిష్ వారు భారతదేశాన్ని విడిచిపెట్టిన దశాబ్దాల తర్వాత అదృశ్యం కావడానికి నిరాకరించాయి. 1883లో భారత ప్రభుత్వం, యూరోపియన్లు చేసిన నేరాలకు న్యాయనిర్ణేతగా వ్యవహరించే అధికారాన్ని భారతీయ న్యాయమూర్తులకు

కల్పించే బిల్లును ప్రవేశపెట్టడం ద్వారా నేర పరిధులలో జాతి అడ్డంకులను తొలగించేందుకు ప్రయత్నించింది. అయితే బ్రిటీష్ ప్రెస్‌లో ప్రజల నిరసనలు మరియు సంపాదకీయాలు, వైస్రాయ్, జార్జ్ రాబిన్సన్, మార్క్విస్ ఆఫ్ రిపాన్ (1880 నుండి 1884 వరకు పనిచేసిన) బిల్లును లొంగిపోవడానికి మరియు సవరించడానికి బలవంతం చేశాయి. బెంగాలీ హిందూ మేధావి వర్గం ఈ తెల్లటి తిరుగుబాటు నుండి విలువైన రాజకీయ పాఠాన్ని నేర్చుకుంది-వీధుల్లో ప్రదర్శనలు మరియు మీడియాలో ప్రచారం చేయడం ద్వారా నిజమైన మరియు ఊహాజనిత మనోవేదనలకు పరిష్కారం కోరడం ద్వారా చక్కగా నిర్వహించబడిన ఆందోళనల ప్రభావం.

1857 యొక్క అన్‌సంగ్ హీరోస్

నేను ఢిల్లీలో తిరుగుబాటు దావానలంలా వ్యాపించింది, తర్వాత ముజఫర్‌నగర్, సహరాన్‌పూర్, అలహాబాద్, కాన్పూర్, బరేల్లీ, బనారస్, బీహార్ మరియు ఝాన్సీ వంటి ఇతర ప్రాంతాలలో అది అగ్నిపర్వతంలా చెలరేగింది. గ్రామీణ ప్రాంతాలలో, కంపెనీ లార్డ్స్ ప్రవేశపెట్టిన అణచివేత ఆదాయ వ్యవస్థకు వ్యతిరేకంగా రైతులు పెద్ద సంఖ్యలో వచ్చిన చోట వ్యాప్తి అత్యంత వేగంగా మరియు తీవ్రంగా ఉంది. భారతదేశంలో రైతుల తిరుగుబాటు సాంప్రదాయకంగా పన్ను తిరుగుబాటు.

తిరుగుబాటులో గుజ్జర్లు చెత్త తిరుగుబాటుదారులు. జమ్నా మరియు గంగా నదుల మధ్య, GT రోడ్‌కు దూరంగా, దాద్రీ, సర్సావా, దేవ్‌బంద్, బిజ్నోర్, మొరాదాబాద్ మరియు రోహిల్‌ఖండ్‌లలో, గుజ్జర్ అల్లకల్లోలం చాలా తీవ్రంగా ఉంది, కంపెనీ పాలన ముగిసినట్లు అనిపించింది. ఒక అంచనా ప్రకారం ఒక మిలియన్ కంటే ఎక్కువ గుజ్జర్లు తిరుగుబాటులో పాల్గొన్నారు. దేశంలోని వివిధ ప్రాంతాలలో నివసిస్తున్న గుజ్జర్ల మధ్య ఉత్తర ప్రత్యుత్తరాల వ్యవస్థ ఉండేది. ఈ మతసంబంధ మరియు సంచార సంఘాల భాగస్వామ్యం తిరుగుబాటును నిజమైన ప్రజల తిరుగుబాటుగా మార్చింది.

రాజ్‌పుత్ శౌర్యం గతం కాదని నిరూపించడానికి రంగర్లు మరియు రాజ్‌పుత్ సంఘాలు ముందుకొచ్చాయి. భారతదేశంలో శాంతి కాలం నాటి కిసాన్ (రైతు మరియు సాగుదారు) యుద్ధంలో జవాన్ (సొల్జర్) అవుతాడని బ్రిటిష్ వారు చాలా సౌకర్యవంతంగా మర్చిపోయారు.

సమయం. జై జవాన్, జై కిసాన్ అనేది భారతీయ సాంప్రదాయ నినాదం. గొప్ప తిరుగుబాటుల కథ మధ్యలో ఒక అసాధారణ వాస్తవం నిలుస్తుంది మరియు ప్రధాన తిరుగుబాటు నాయకులు కూడా మొఘల్ చక్రవర్తిని తమ బాద్షా (రాజు)గా భావించారు. కూడా తిరుగుబాటుదారులు తమ అధికారాన్ని స్థాపించిన ప్రాంతాలను వారు మొఘల్ రాజు పేరుతో పాలించారు. రేవారి రావు తులారాం తన సొంత ప్రభుత్వాన్ని స్థాపించాడు కానీ ఢిల్లీ కింగ్ పేరుతో ఆదాయాన్ని సేకరించాడు. నానా సాహెబ్ తనను తాను కాన్పూర్‌లో పేష్వాగా ప్రకటించుకున్నాడు కానీ మొఘల్ అధికారంలో ఉన్నాడు. చక్రవర్తి పేరుతో నాణేలు కొట్టివేసి ఢిల్లీ బాద్ షా పేరుతో ఉత్తర్వులు జారీ చేశారు. మొఘల్ కోర్టులో ఆచారం ప్రకారం నాణేలపై తేదీలు హిజ్రీ మరియు సంవత్‌లో

ఉన్నాయి. నానా సాహెబ్ ధైర్యవంతుడు అయితే బితూర్‌లో సజీవ దహనానికి గురైన అతని కుమార్తె మైనా కూడా అంతే ధైర్యవంతురాలు. ప్రజలు తమ విభేదాలను మరచిపోయి, సంఘాలను పక్కనపెట్టి, వారి సాంప్రదాయ ప్రత్యర్థులను దేశం మొత్తం ఐక్య సమాజంగా తమ శత్రువును ఎదుర్కొన్నారు.

లిబాస్‌పూర్‌లోని ఉద్మీ రామ్, ఢిల్లీ

అబ్దుల్ సమద్ ఆఫ్ బద్లీ-కి-సెరాయ్

లిబాస్పూర్ అనేది కర్నాల్ బైపాస్ నుండి నరేలాకు వెళ్లే మార్గంలో ఉన్న ఢిల్లీ గ్రామం. బ్రిటీషర్లు సోనేపట్‌లో శిబిరాన్ని ఏర్పాటు చేసుకున్నారు. వారు వెళ్ళిన ప్రతిసారీ, అందమైన యువకుడు ఉద్మీ రామ్ అనే గ్రామ జాట్‌ను చూశారు, అతను ప్రయాణిస్తున్న ఆంగ్ల సైనికుడిని పట్టుకోవడానికి మరియు అతనిని 'శని' ఉన్న ఏకాంత ప్రదేశంలో అంతం చేయడానికి బలమైన శరీరం కలిగిన ఢిల్లీ జాట్‌ల బృందాన్ని ఏర్పాటు చేశారు. మందిర్ 'ఈరోజు. ఒకరోజు ఉద్మీ రామ్ ఒక ఆంగ్ల కుటుంబాన్ని తీసుకువెళుతున్న బండిని గుర్తించాడు. అతను వ్యక్తిని బయటకు రమ్మని అడిగాడు, అతన్ని ఒంటరి ప్రదేశానికి తీసుకెళ్లి ముగించాడు. ఇంగ్లీషు స్త్రీ విషయానికొస్తే, అతను భారతీయ స్త్రీల మధ్య కొన్ని మంచి రోజులు గడిపిన పొరుగు గ్రామంలో ఆమెను చూసుకోమని ఒక బ్రాహ్మణ మహిళను కోరాడు. కానీ స్కేల్‌లు తిరగబడి, బ్రిటిష్ వారు ఢిల్లీని తిరిగి స్వాధీనం చేసుకున్నప్పుడు వారు లిబాస్‌పూర్‌ను చుట్టుముట్టారు. ఉద్మీ రామ్ తన మనుషులను సేకరించి ఈటెలు, ఛాపర్స్ మరియు గొడ్డలి వంటి గ్రామీణ ఆయుధాలతో పోరాడాడు కానీ ఓడిపోయాడు. అరెస్టు చేయబడ్డ అతన్ని రాయ్‌లోని బ్రిటిష్ శిబిరానికి తీసుకువచ్చారు, అతను అమరవీరుడుగా చనిపోయే వరకు నీరు లేదా ఆహారం లేకుండా 35 రోజుల పాటు పీపల్ చెట్టుకు కట్టివేయబడ్డాడు. అదేవిధంగా ఢిల్లీ మరియు దాని పరిసరాల్లో తిరుగుబాటు ఉద్యమానికి ఆర్థిక సహాయం చేసిన చాందినీ చౌక్‌కు చెందిన సేథ్ రామ్‌జిదాస్ గుర్వాలా తన సొంత దుకాణం ముందు ఉరితీయబడ్డాడు, అక్కడ అతను 'గుర్' (బ్రౌన్

చక్కెర మిఠాయి). అబ్దుల్ సమద్ ఖాన్, ఝజ్జర్ నవాబు యొక్క మామగారు బ్రిటీష్ వారితో పోరాడారు కానీ బద్లీ-కి-సెరాయ్ వద్ద ఓడిపోయారు. అతను ఒక హీరో మరణాన్ని కలుసుకున్నాడు.

అజ్నాలా వద్ద పంజాబ్-ఊచకోత

పంజాబ్ సమస్యాత్మక రాష్ట్రం. 1849లో మాత్రమే విలీనం చేయబడింది, లారెన్స్ పరిపాలన పంజాబీ మరియు పూర్బియా మధ్య పాత పోటీని పూర్తిగా ఉపయోగించుకుంది. ఇంకా సియాల్‌కోట్, జీలం, పెషావర్, నౌషేరా మరియు ముల్తాన్‌లలో ఖురల్ తెగకు చెందిన అహ్మద్ ఖాన్ తిరుగుబాటు చేశారు. అతను ఇతర యుద్ధ-వంటి తెగలు చేరాడు మరియు చాలా రోజుల పాటు ముల్తాన్ మరియు లేబర్ మధ్య అన్ని సమాచారాలకు అంతరాయం ఏర్పడింది. వారు అనేక వాగ్వివాదాలలో బ్రిటిష్ వారిని ఓడించారు, కాని లారెన్స్ భారీ బలగాలను పంపాడు మరియు అహ్మద్ ఖాన్ యుద్ధంలో మరణించాడు, వీర మరణం. మరొక నాయకుడు మీర్ బహావల్ ఫత్వానా ఉద్భవించాడు కానీ అతను కూడా యుద్ధంలో మరణించాడు. పంజాబ్‌లో అత్యంత దారుణమైన సంఘటన అమృత్‌సర్ సమీపంలోని అజ్నాలాలో జరిగింది, అక్కడ నిరాయుధులైన సైన్యం మియాన్ మీర్‌లో తిరుగుబాటు చేసింది. తిరుగుబాటును ఉక్కు చేతితో అణిచివేశారు. అక్కడ తాడు తక్కువగా ఉండటంతో మొత్తం మూడు వందల మందిని కాల్చి చంపారు. తనను తాను 'హీరో ఆఫ్ అజ్నాలా'గా స్టైల్ చేసుకున్న ఫ్రెడ్రిక్ కూపర్ తన మనుషులు ఒక్క బుల్లెట్‌ను కూడా వృధా చేయలేదని గొప్పగా చెప్పుకున్నాడు. బ్లాక్ హోల్ యొక్క విషాదం తిరిగి అమలు చేయబడింది, ఊపిరాడక మరణించిన తిరుగుబాటుదారుల సంఖ్య నమోదు చేయబడలేదు.

లక్నో యొక్క అద్భుతాలు

బేగం హజ్రత్ మహల్ యొక్క సమర్థ నాయకత్వంలో లక్నో మహిళలు వీరోచిత పాత్ర పోషించారు. పూర్తి ఎనిమిది నెలల పాటు లక్నోలోని మహిళా తిరుగుబాటుదారులు విమోచన కోసం కాంప్నే దళాలను పట్టుకున్నారు. సర్ గోర్డాన్ అలెగ్జాండర్ సికిందర్‌బాగ్‌లో చంపబడిన వారిలో కొంతమంది అమెజాన్ నెగ్రెస్‌లు ఉన్నారని పేర్కొన్నాడు. ఎవరు అడవి పిల్లిలా పోరాడారు. ఒక పెద్ద పీపల్ చెట్టుపై కూర్చున్న ఒక మహిళ, అనేక మంది బ్రిటిష్ సైనికులను కాల్చి చంపింది మరియు ప్రతిగా కాల్చి చంపబడింది. ఈ ధైర్యవంతుల పేర్లు ఎప్పటికీ తెలియవు కానీ వారు చేసిన వాటిని ఎప్పటికీ మరచిపోలేరు. లక్నో పట్టుబడింది కానీ ఎన్నడూ లొంగలేదు, విరిగిపోయింది కానీ వంగలేదు.

ఝాన్సీలో మహిళల రెజిమెంట్

ఝాన్సీలో ఒక మహిళా రెజిమెంట్ కూడా ఉంది, అక్కడ విరంగని ఝుల్కారీ పాత్రను పోషించింది, ఝాన్సీ చరిత్రలో ఆమెకు శాశ్వత స్థానం లభించింది. ఝాన్సీ యొక్క అదృష్టం తక్కువగా ఉన్నప్పుడు మరియు బ్రిటీష్ సైనికులు కోట క్రింద నుండి కాల్పులు జరుపుతున్నప్పుడు, ఝాన్సీ రాణి కోటను విడిచిపెట్టాలని నిర్ణయించుకుంది, ఝల్కారి, నిజానికి ఒక రైతు స్త్రీ, కానీ ఇప్పుడు ఒక సైనికుడు రాణిగా వేషం వేయడానికి ప్రతిపాదించాడు, సైనికుల చిన్న యూనిట్ మరియు ముందు తలుపు నుండి బయలుదేరింది, అయితే నిజమైన రాణి వెనుక తలుపు నుండి బయలుదేరింది. ఝుల్కారీ ఒక దేశద్రోహిచే గుర్తించబడింది, కానీ చనిపోయే ముందు ఆమె అనేక మంది బ్రిటిష్ సైనికులను చంపింది. ఆమె బలిదానం ముందు జై భవానీ అని నినాదాలు చేసింది.

బీహార్ నుండి మూడు సింహాలు

జగదీష్‌పూర్‌కు చెందిన కున్వర్ సింగ్, అమర్ సింగ్, పాట్నాకు చెందిన పీర్ అలీలు బ్రిటీష్ వారికి భయపడే గుణపాఠం నేర్పిన ముగ్గురు సింహాలు. దానికి తోడు వహాబీలు ఆంగ్లేయ సేనలకు పెను ముప్పు. బంధించబడిన పీర్ అలీని కమీషనర్ మిస్టర్ టేలర్ అడిగినప్పుడు, 'మా స్వంత ప్రజలు నిర్వహించనటువంటి గౌరవప్రదమైన ప్రశాంతతతో, తన ప్రాణాలను విడిచిపెట్టడానికి ప్రభుత్వాన్ని ప్రేరేపించగల ఏదైనా సమాచారం ఇవ్వడానికి మీ వద్ద ఉందా' అని టేలర్ వ్రాశాడు, 'ఉత్తేజంగా పరిస్థితులలో, అతను ప్రశ్నించిన వ్యక్తిని ఎదుర్కొని ఇలా సమాధానమిచ్చాడు- కొన్ని సందర్భాల్లో ప్రాణాలను కాపాడుకోవడం మంచిది, మరికొన్నింటిలో ఓడిపోవడం మంచిది.

జగదీష్‌పూర్ సోదరులది భిన్నమైన మూస. వారు అక్షరాలా సింహాల వలె పోరాడారు మరియు బ్రిటిష్ రెజిమెంట్‌ను గొర్రెల మంద అని పిలిచారు. 1857 జూలై 25న దీనాపూర్‌లో భారత సైనికులు తిరుగుబాటు చేసినప్పుడు, కున్వర్ సింగ్ ఆ అవకాశాన్ని ఉపయోగించుకుని, మొత్తం రెజిమెంట్‌ను ఆగస్టు 23 వరకు తన ఖైదీగా చేసుకున్నాడు. UP మరియు MPలో అతని ఆంగ్ల వ్యతిరేక యాత్రలలో అతని వీర ముస్లిం భార్య ధర్మన్ బీబీ కూడా ఉన్నారు. బ్రిటీష్ దళాలు అతనిని నిరంతరం వెంబడించాయి. గంగా నది దాటుతుండగా తీవ్రంగా గాయపడ్డాడు. అతను తన కుడి చేయి నరికి గంగామాతకు బలి అర్పించాడు. డిసెంబరులో అతడిని అరెస్టు చేశారు

SELF HELP

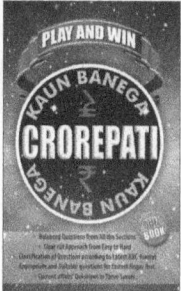